मेख मोगरी

रणजित देसाई

मेहता पब्लिशिंग हाऊस

- *या पुस्तकातील लेखकाची मते, घटना, वर्णने ही त्या लेखकाची असून त्याच्याशी प्रकाशक सहमत असतीलच असे नाही.*

MEKH MOGARI by RANJEET DESAI

मेख मोगरी / कथासंग्रह

रणजित देसाई

© सुरक्षित

मराठी पुस्तक प्रकाशनाचे हक्क मेहता पब्लिशिंग हाऊस, पुणे.

प्रकाशक : सुनील अनिल मेहता, मेहता पब्लिशिंग हाऊस,
१९४१ सदाशिव पेठ, माडीवाले कॉलनी, पुणे – ४११०३०.

मुद्रित-संस्करण : मोहन वेल्हाळ

मुखपृष्ठ : बाळ ठाकूर

प्रकाशनकाल : जानेवारी, १९९० / ऑगस्ट, १९९९ / सप्टेंबर, २००६ /
पुनर्मुद्रण : डिसेंबर, २०१२

ISBN 81-7766-741-6

नातं सरलं;
पण
जिव्हाळा सरला नाही –
त्या
माधवी देसाई
यांना–

अनुक्रम

दुसऱ्याला प्रकाशमान करण्यासाठी आपण स्वत: आधी प्रकाशमान
झालं पाहिजे.

१

मेख मोगरी

माणिकराव निंबाळकरांच्या वाड्यात धावपळ चालली होती. नोकरचाकर हंड्या-झुंबरे, बिछायती साफ करीत होते. त्यावर माणिकरावांच्या कन्या सखूबाई जातीने लक्ष ठेवीत होत्या.

माणिकरावांना एकच कन्या होती. सखूबाई सहा-सात वर्षांच्या असतानाच त्यांची आई वारली. त्यानंतर माणिकरावांनी दुसरा विवाह केला नाही. सखूबाई मोठ्या झाल्यावर वाड्याचा सर्व कारभार त्याच जबाबदारीने पाहत होत्या.

वरचा महाल व्यवस्थित झालेला पाहून, सखूबाई आपल्या खास दासीला-गौरीला म्हणाल्या,

'झालं, बाई, एकदाचं. आबांचं काहीतरीच असतं. दोन दिवस पाहुणे येणार आणि त्यासाठी चार दिवसांचा आट्टापिट्टा. गौरीऽऽ...'

'जी...' गौरीनं कपाळावरचा घाम पदरानं पुसत विचारलं,

'पाहुण्यांचे महाल तयार झाले ना?'

'जी! पण असे कोन मातबर पाहुणे येणार हाईत?'

'मी सांगतो...' म्हणत माणिकराव निंबाळकर महालात आले.

जीभ चावत गौरीने पदर सावरला.

माणिकराव म्हणाले,

'खूप मोठे पाहुणे येणार आहेत.'

गौरी, सखू माणिकरावांच्याकडे पाहत होत्या.

पन्नाशी ओलांडलेल्या माणिकरावांच्या चेहऱ्यावर प्रसन्न स्मित उमटले होते. किंचित सावळ्या रंगाचे, तीक्ष्ण नजरेचे, उंचेपुरे, भरदार यष्टीचे माणिकराव होते. त्यांच्या ओठावरच्या अक्कडबाज मिशा त्यांच्या रुबाबात भर घालीत होत्या.

आपल्या केसांवरून हात फिरवत माणिकराव म्हणाले,

'सखू, आज आपल्याकडे तुकोजीराव जाधव येणार आहेत.'

'कोण तुकोजीराव जाधव?'

'तू त्यांना पाहिलं नाहीस. त्या वेळी तू लहान होतीस. तुकोजीराव मोठे सरदार आहेत. आमची खूप जुनी मैत्री आहे. जाधववाडीला ते असतात. त्यांच्यासह त्यांचे चिरंजीव अहिरावही येत आहेत.'

'मग, आबा, आजचा बेत काय?' सखूनं विचारलं.

'ते काही सकाळी येणार नाहीत. संध्याकाळपर्यंत पोहोचू, असा त्यांचा सांगावा आहे. रात्री मोठा मेजवानीचा बेत ठेवा. जाधवरावांची शिबंदीही बरोबर असणार. बकरं, कोंबड्याचा बेत असू दे.'

'ते काय नवीन आहे?'

'नवीन नाही. जाधवराव येणार, म्हणून साऱ्या वाड्यांना आमंत्रण दिलं आहे.'

'बरं.'

माणिकरावांचं छताकडे लक्ष गेलं.

छत हस्तिदंतात कोरला होता. साफसफाई झाल्यामुळे तो उठून दिसत होता. मेणबत्त्यांनी मध्यभागीचे झुंबर सजले होते. हंड्या चकाकत होत्या. बैठक उत्तम रीतीने सजली होती.

ती सारी व्यवस्था पाहून माणिकराव खूश झाले.

फलटणपासून दीड कोसावरच्या वाठार खेड्यालगतच्या माळावरती निंबाळकरांची गढी उभारली होती. चारी बाजूंनी बुरूज-तटांनी बंदिस्त झालेल्या आवारात निंबाळकरांचे बुलंद सात वाडे दिमाखात उभे होते. त्यांत अग्रभागीचा माणिकरावांचा महाल उठून दिसत होता. त्या सात महालांच्या मध्यभागी निंबाळकरांच्या कुलदैवताचे मंदिर उभे होते. तटाबाहेर तिन्ही बाजूंना शिबंदीची घरटी पसरली होती. तटाचे प्रवेशद्वार अतिभव्य काळ्याशार फत्तराने बांधलेले. त्या कमानीवर नक्षीदार लाकडांनी उभारलेला नगारखाना नजरेत भरत असे.

सखूबाई गौरीसह खालच्या मुदपाकखान्याकडे वळल्या. जाता-जाता सखूबाई बोलत होत्या,

'चला, गौराबाई. संध्याकाळच्या तयारीला आतापासनंच लागलं पाहिजे. पाहुणे येणार, तर एवढ्या माणसांना कशाला बोलवायचं? पण आबांची ती सवयच आहे. कधी एकटे म्हणून जेवणार नाहीत.'

'ते बी खरंच.' गौरी म्हणाली.

'काय खरं? अग, ह्या पुलाव्या-रश्शातच मराठेशाही बुडाली. आजचा बेत काय बरं...! असं करू या. कोंबड्याचा दुधातला रस्सा. मटणाचा दमाचा पुलावा. सुकं, ताटाला दोन भाज्या, दही-कांदा... आणि काय बरं?' सखूबाई

क्षणभर थांबल्या. 'हां, काकडी आहे का, ग?'

'असना तर!'

'पण त्या कोवळ्या आहेत का, बघा. नाहीतर पाहुण्यांची तोंडं वाकडी व्हायची. पुरे एवढं.'

'आनी गोड काय नको?'

'राहिलंच की! बासुंदी करू या... छे... नको. शेवयाची खीर करू.'

'तेच बरं!'

'बरं काय? असं बोलत उभं राहून स्वयंपाक होईल होय?'

'आता तुमीच उभं ऱ्हायलासा की, ताईसाब.'

'शहाणी आहेस. चल.'

–आणि दोघी मुदपाकखान्याकडे चालू लागल्या.

दोन प्रहर टळत असता गढीच्या माळावरून घोड्यांचा टापांचा आवाज ऐकू येऊ लागला.

माणिकराव गडबडीनं वरच्या महालातून खाली आले. खाली येताना ते सेवकांना हुकूम सोडीत होते.

वाड्याच्या प्रवेशद्वारी चांदीच्या दोन घागरी पाण्याने भरून ठेवल्या होत्या. दहीभाताचे मुटके केळीच्या पानावर होते. त्या शेजारी दोन दासी पदर सावरून उभ्या होत्या.

टापांचा आवाज क्षणाक्षणाला जवळ येत होता. तटाच्या प्रवेशद्वारी शिंगाचा आवाज साऱ्या घाड्यात घुमला आणि काही क्षणांतच दोन पंचकल्याणी उमदे पांढरे घोडे आत प्रवेश करते झाले. खूर काळे, मस्तकी चांदवा असे, ते घोडे होते. सज्जातून सखूबाई त्या स्वारांना चिकाच्या पडद्याआडून निरखीत होत्या. सेवकांनी घोड्यांची ओठाळी धरली आणि दोन्ही स्वार पायउतार झाले.

गेले चार दिवस आबासाहेब जाधवरावांची तारीफ करीत होते, ते काही खोटं नव्हतं. माणिकरावांच्या वयाचेच तुकोजीराव जाधव होते. चार पावलं सामोरा जाऊन माणिकरावांनी तुकोजीरावांचं स्वागत केलं. दोघांची उराउरी भेट सखूबाई पाहत होत्या. त्यांचं लक्ष त्या दोघांच्या मागे उभ्या असलेल्या अहिरावांच्यावर खिळलं. गौरवर्णाचे, सतेज चेहऱ्याचे अहिराव त्या निरखीत होत्या. अंगात रेशमी कुडता, त्यावर जोधपुरी गळेबंद जाकीट, पायांत चुस्त पायजमा आणि मोजडी, डोईला मंदील असा त्यांचा वेश होता. भरदार शरीरयष्टी, धारदार नासिकेखाली कोरलेली काळी मिशीची वक्ररेषा, त्याखाली कमानाकार ओठ.

सखूबाई त्यांचं रूप बघत होत्या.

मिठीतून दूर होताच माणिकराव म्हणाले,

'चलावं.'

माणिकरावांच्यासह तुकोजीराव, अहिराव वाड्याच्या प्रथम पायरीवर आले. दासीनं त्यांच्या पायांवर चांदीच्या घागरीने पाणी ओतले. भाताचे मुटके त्यांच्यावरून ओवाळून टाकले.

तुकोजीराव म्हणाले,

'हे तर शाही स्वागत केलंत. याची काही गरज नव्हती.'

'असं कसं! आपले पाय वाड्यात कैक वर्षांनी लागत आहेत.'

'ते खरं! आपण दरबारी भेटतोच. पण या धामधुमीच्या काळात भेट झाली नाही. तरी मैत्रीत कमतरता नाही. निदान आम्हांला तरी तसं वाटत नाही. नाहीतर तुम्ही न बोलावता आम्ही तुमच्याकडे आलो नसतो. खरं ना?'

'खरं आहे.' माणिकराव म्हणाले, 'पण आपली शिबंदी कुठं आहे?'

'बाहेर आहे.'

'बाहेर का? ते का परके? त्यांना आत येऊ द्या. एक विनंती आहे.'

'कसली?'

'वाड्यात प्रवेश करण्याआधी आपण देवदर्शन करावं.'

'जरूर.'

तिघांनीही पायांत मोजड्या चढवल्या आणि ते मंदिराकडे निघाले.

देवदर्शन करून सारे वाड्याच्या महालात आले.

दिवाणखान्याच्या अग्रभागी जरी आवरणाने सजलेल्या लोड-तक्क्याच्या बैठकीवर तुकोजीराव, अहिराव आणि माणिकरावांनी बैठक घेतली. दोघां मित्रांची बोलणी अहिराव ऐकत होते आणि त्याच वेळी सखूबाई पदर सावरत महालात प्रवेश करत्या झाल्या.

'ये, सखू...' माणिकराव म्हणाले, 'तुकोजीराव, ही आमची सखू. हिच्या लहानपणी तुम्ही हिला कडेवर घेऊन खेळवली होतीत. आठवतं?'

'का नाही आठवणार?' हसत तुकोजीराव म्हणाले.

मस्तकीचा पदर सावरून सखूनं दोघांना वाकून नमस्कार केला.

तुकोजीरावांनी तिच्या पाठीवर हात ठेवत असता अचानक तिला जवळ ओढलं आणि आपल्या शेजारी बसवून घेत ते म्हणाले,

'केवढी मोठी झाली ही!'

'हो! परकरी पोर असताना काही वाटलं नाही. पण लुगडं नेसायला लागली की, गळ्यात कसं गच्च होतं.'

'हिला एक भाऊ हवा होता.'

'काही नको. ही आहे तेवढं खूप झालं. काय सांगायचं, तुकोजीराव? घोडदौड काय करते...आम्हांला कोणी घाबरत नाहीत, पण हिचा वचक साऱ्यांच्यावर. अगदी आमच्यावरसुद्धा!'

'काही तरीच, आबा, तुमचं!' सखू लटक्या रागाने म्हणाली.

'पाहिलंत? सांगतो, ते काही खोटं नाही. बाई असूनही तिची धिटाई. एकदा हिला उजवली, की सुटलो! बिचारा कुठला नवरा मिळतो, कोण जाणे.'

'आमचं नावही असू द्या त्या यादीत.' अहिरावाकडे बघत तुकोजीराव म्हणाले, 'काय, अहिराव!'

सखूबाईचं रूप न्याहाळणारे अहिराव एकदम दचकले. काही न समजता ते उद्गारले,

'जीऽ हो...'

–आणि एकदम हसणं उसळलं.

तुकोजीराव म्हणाले,

'अहिराव, तुमच्या खिशातलं काढा.'

शरमलेल्या अहिरावांनी रत्नांनी सजलेला सुवर्णाचा बाजूबंद आपल्या खिशातून काढून तुकोजीरावांच्या हाती दिला. तो सखूच्या हाती देत तुकोजीराव म्हणाले,

'बघ, पोरी, तुला आवडतो का!'

सखूबाईंनी तो बाजूबंद घेतला आणि त्या उठत म्हणाल्या,

'मी जाते.'

सखूबाई जात असता तुकोजीरावांचे शब्द कानांवर आले,

'सखूबाई, जाते म्हणायचं नसतं. येते म्हणायचं.'

–आणि महालात परत हसणं उसळलं.

रात्री रांगोळीनं सजलेली चांदीच्या ताटांची पंगत सजली होती. चांदीच्या समया प्रकाश टाकीत होत्या. रौप्यफुल्या मारलेल्या पाटावर पंगत बसली. सारे निंबाळकर पंगतीला हजर होते. हसण्या-बोलण्यांत पंगत रंगली.

जेवण आटोपून, केशरी पाण्याने हात धुऊन, सारे महालात आले. साऱ्यांना सुवर्णतबकातले गोविंद-विडे दिले गेले आणि तुकोजीराव, अहिराव आपापल्या शयनगृहात गेले.

अहिरावांना झोप येत नव्हती. त्यांना सुडौल बांध्याची, तरतरीत नाकाची, गुलाबी ओठाची, चंद्रकोर ल्यालेली गौरवर्णीय सखूबाई आठवत होती.

जी! हो!

अहिराव स्वत:शीच हसले.

अनवधानाने आपण काय बोलून गेलो?

बोलून गेलो, म्हणून काय बिघडलं?

सखूबाई!

छे ! तसला विचारही करू नये.

–आणि त्याच विचारात अहिरावांना केव्हा झोप लागली, तेही कळलं नाही.

'सरकारऽ...'

त्या हाकेने अहिराव जागे झाले.

निंबाळकरांचा खास सेवक विठोजी हाक मारीत होता.

'काय, रे?'

'सरकारांनी लवकर तयार व्हायला सांगितलंय्.'

'एवढ्या लौकर?'

'जी! आपल्यासाठी शिकारीचा बेत ठरवलाय्.'

'अस्सं!' पलंगाबाहेर येत आळस देत अहिराव म्हणाले, 'आम्ही थोड्याच वेळात बाहेर येतो. आमचा भानू आहे ना, त्याला पाठव.'

विठोजी वळणार, तोच अहिरावांनी विचारलं,

'शिकार कसली, रे?'

'हरणाची जी. मायंदाळ हाइत. शेतात घुसली, तर एक कणीस जागंला ठेवत न्हाईत. ओरडून-ओरडून राखणदारांचं घसं बसल्यात.'

'बरं बरं! आम्ही एवढ्यात येतो, म्हणून सांग.'

'जी.' म्हणत विठोजी बाहेर गेला.

खाकी ब्रिचीस, त्यावर खाकी अर्धा शर्ट, खांद्यावर रायफल अडकवलेले अहिराव जेव्हा मधल्या महालात आले, तेव्हा माणिकराव आणि तुकोजीराव बोलत बसले होते. त्या दोघांना अहिरावांनी मुजरा केला.

'न्याहरी झाली?' माणिकरावांनी विचारलं.

'जी! हो.'

'खूप हरणं आहेत. तुमची शिबंदी वाट पाहत आहे. वाट दाखवायला आमचा विठोजी संगती येतोय्. तुम्ही ऊन व्हायच्या आत शिकारीला जा.'

'आणि तुम्ही येत नाही?'

'नाही, बाबा.' तुकोजीराव हसून म्हणाले, 'पुष्कळ शिकार केली. आता त्यात मन रमत नाही. आम्ही म्हातारे गप्पा मारीत बसू. तेव्हा तुम्ही एकटे काय करणार, म्हणून माणिकरावांनी तुमच्यासाठी शिकारीचा बेत आखला. तुम्ही जा.

पण तुम्ही शिकार घेऊन आल्याखेरीज आम्ही जेवणार नाही. लौकर परत या.'
अहिराव शिकारीसाठी बाहेर पडले.

दोन प्रहरची वेळ नजीक आली असता परत घोड्यांच्या टापांचा आवाज आला. तुकोजीराव माणिकरावांच्यासह सज्जात गेले.

अहिराव घोड्यावरून पाय-उतार होत होते. मागच्या घोड्यावर विठोजी शिंगाडा काळा हरण पुढ्यात घेऊन बसला होता.

सेवकांनी तो शिंगाडा खाली उतरून घेतला.

दुसऱ्या सज्जावरून सखूबाई ते दृश्य पाहत होत्या.

मागे उभ्या असलेल्या गौरीकडे वळून त्या म्हणाल्या,

'चला, बाई. त्यांची शिकार होते. पण जीव आमचा जातो. आता त्या हरणाचं सुकं, रस्सा!' निःश्वास सोडून सखूबाई म्हणाल्या, 'सारं आलंच... चल, खाली जाऊ.'

अहिराव महालात आले.

माणिकरावांनी विचारलं,

'शिकार झाली?'

'जी! एक काळा मिळाला.'

'काय न्हवंच, जी!' विठोजी म्हणाला, 'कागजाईच्या माळावर एक हरणांचा कळप नजरंत आला. आम्हांला बघून हरणं उधळली. सरकारांनी घोड्यावरनं रायफल उचलली. हिंडातल्या काळ्यानं उशी घेतली, तवाच बार कडाडला. छातीतनं आरपार गोळी गेली. लई आरबाट काम...'

'मग शिकार बंद केलीत?' तुकोजीरावांनी विचारलं.

'जी!' अहिराव म्हणाले, 'तेवढी शिकार पुरेशी वाटली. आबासाहेब, काय सांगावं! ती देखणी जनावरं पाहताना बार काढावा, असं वाटलं नाही. हात हलवत परत येऊ नये, म्हणून बार काढला.'

'चांगलं केलंत.' माणिकराव उद्गारले. 'हीच समज साऱ्या शिकाऱ्यांना येईल, तर केवढं बरं होईल. तुम्ही कपडे बदलून या.'

–आणि अहिराव आपल्या सेवकासह आपल्या महालात गेले.

'बस्स झालं कौतुक!' सखूबाई संतापाने म्हणाल्या, 'शेळी जाते जिवानिशी आणि खाणारा म्हणतो वातड...'

'पन, ताईसाब, म्या परतक्ष कानांनी ऐकलं.'

'चोमडे, कशाला वर गेली होतीस? ऐकायला?'

'आता बगा. तुमीच तर सांगितलासा, केशर घेऊन ये, म्हनून-'

'बरं बरं. लाग कामाला. पण तो शिंगाडा तरी कोवळा आहे ना?'

'जी, अगदी कोवळा. अगदी ओठानं खाल्ला, तरी-'

'समजलं. लाग कामाला.'

मुदपाकखान्यात चुली जळत होत्या. त्यांवर भांडी चढत होती. सखूबाईचे कपाळ घामाने भिजत होते.

दोन प्रहरी अहिरावांना जाग आली. का आली, ते त्यांना कळलं नाही. ते उठले. आपल्या अंगरख्याच्या कमरेवर त्यांनी दुशेल्याची गाठ मारली. वाड्यात सर्वत्र शांतता नांदत होती. बाहेर ऊन तापत होतं. अवेळी जाग आल्याने त्यांना, काय करावं, सुचत नव्हतं. उष्मा वाटत होता. अहिराव तसेच सज्जात आले. गार वाऱ्याच्या स्पर्शानं त्यांना बरं वाटलं. सारा वाडा नि:स्तब्ध शांत होता. सज्जात वारा खात उभं असताना त्यांचं लक्ष अचानक खाली गेलं. खाली मधल्या चौकातून सखूबाई जात होत्या. त्यांच्या पाठमोऱ्या आकृतीकडे अहिराव बघत होते. अचानक एक ऊर्मी त्यांच्या मनात उसळली आणि त्यांनी आपल्या कमरेचा शेला काढून सज्जावरून खाली सोडला. वाऱ्याबरोबर हेलकावे घेत येणारा शेला खाली उतरत होता. त्या आवाजाने सावध झालेल्या सखूबाई त्या शेल्याकडे पाहत होत्या... आणि बघता-बघता तो शेला त्यांच्या पायांशी येऊन पडला. सखूबाईंनी संतापाने मान वर केली. सज्जात उभे असलेल्या अहिरावांच्याकडे त्यांचं लक्ष गेलं.

अहिराव त्यांचं लावण्य पाहत होते.

संतप्त झालेल्या सखूबाईंनी तो शेला उचलला आणि त्या मागील सदरेत दिसेनाशा झाल्या.

अहिराव त्या प्रसंगानं अस्वस्थ झाले. भावनेच्या आवेगात आपण काय केलं, हे त्यांना सतावत होतं.

रात्री जेवण झाल्यानंतर अहिराव आपल्या शयनगृहात होते. पायाच्या आवाजाने ते सावध झाले. दारातून गौरी आत येत होती. अहिराव गौरीकडे पाहत होते.

'काय आहे?'

'ताईसाबांनी विचारलंय्, जेवण आवडलं?'

'हो! आवडलं.'

गौरी तशीच उभी होती. तिनं विचारलं,

'आपला दुशेला कुठं आहे?'

त्या प्रश्नानं अहिराव बेचैन झाले. कसेबसे ते उद्गारले,

'दुशेला! पडला असेल कुठे तरी!'

गौरी तशीच धावत सखूबाईच्या महालात गेली. सखूबाईंनी विचारलं,

'काय, ग?'

'ते म्हणालं, पडला असेल कुठंतरी.'

सखूबाई हसल्या. त्यांनी आज्ञा केली,

'अशीच जा आणि त्यांना विचार, सापडला का, म्हणून?'

गौरी धावत सुटली. अहिरावांच्या महालात आली.

अहिराव अजूनही येरझाऱ्या घालीत होते. गौरीला पाहताच ते थबकले. त्यांनी विचारलं,

'का आलीस?'

संकोचानं गौरी म्हणाली,

'ताईसाबांनी विचारलंय्, शेला सापडला का, म्हणून?'

अहिरावांच्या चेहऱ्यावर स्मित उमटलं. ते म्हणाले,

'सापडला नाही. पण त्यांना सापडला असेल, तर द्या, म्हणावं.'

गौरी परत धावत सखूबाईंच्या महाली आली.

सखूबाईंनी विचारलं,

'काय झालं? सांगितलास निरोप?'

'सांगितलाऽ सांगितलाऽऽ' धापा टाकीत गौरी म्हणाली.

'मग काय म्हणाले?'

'त्यांना दुशेला सापडला नाही. आपल्याला सापडला असला, तर द्या, म्हणून सांगितलंय्.'

हसून सखूबाई म्हणाल्या,

'जा. सांग जा. वाट बघा, म्हणावं.'

गौरीनं दीर्घ निःश्वास सोडला. ती म्हणाली,

'ताईसाब, तुमीच सांगाऽऽ'

'का, ग?'

'मेलं, घोडं मरतं ओझ्यानं आणि शिंगरू मरतं येरझाऱ्यानं–'

सखूबाई खळखळून हसल्या.

महालात सारे बसले होते.

किनीट पडायला आली असता अहिराव महालात आले. माणिकरावांनी विचारलं,

'कुठं गेला होता?'

'पागेकडे.' अहिराव तुकोजीरावांच्याकडे वळत म्हणाले, 'आबासाहेब, यांची पागा मोठी देखणी आहे. जातिवंत उमदी घोडी आहेत.'

'त्यात नवल काहीच नाही. आम्हांला तेवढाच शौक आहे.' माणिकराव समाधानानं म्हणाले. अहिरावांच्याकडे बघत त्यांनी विचारले, 'अहिराव, तुमचा शौक कोणता?'

'त्यांना शिकार हा शौक आहे.' तुकोजीराव म्हणाले, 'बाकीचा वेळ जहागीर बघण्यात घालवतात. उसंत मिळाली, तर बुद्धिबळं खेळतात.'

'आम्हांला बुद्धिबळातले काही कळत नाही. जेथे बुद्धी वापरली जाते, तेथे आम्ही माघार घेतो. पण आमची सखूबाई बुद्धिबळं खेळते, असं ऐकतो. तुम्ही खेळाल?'

'जी, हो!' नम्रतेने अहिराव म्हणाले.

'ठीक! आज रात्री आम्ही तुमचा खेळ पाहू.' माणिकराव म्हणाले.

रात्री महालामध्ये झुंबर झगमगत होते. चारी बाजूंना शामदाण्या जळत होत्या. तुकोजीराव, माणिकराव बैठकीवर विराजमान झाले होते. निंबाळकरांचे आप्तही बैठकीवर विराजमान झाले होते. अहिरावांच्यासमोर शिसवी चौरंग ठेवला होता. त्यावर बुद्धिबळाचा पट मांडला होता. पटावर हस्तिदंती सोंगट्या ठेवल्या होत्या. अहिराव आपल्या बैठकीवरून समोरचा पट न्याहाळत होते. विरुद्ध पक्षाला कोणीही आले नव्हते.

त्याच वेळी माणिकराव म्हणाले,

'अहिराव, तुमची चाल सुरू करा–'

अहिराव विस्मयचकित झाले होते. त्यांनी काही न बोलता आपलं प्यादं पुढे सरकवलं आणि ते स्तब्धपणे बसून राहिले.

त्याच वेळी गौरी दासीच्या पैंजणांचा आवाज उमटला. ती पटापाशी आली आणि तिनं आपला मोहरा उचलला. गवाक्षातून सखूबाई हे पाहत होत्या.

महालात नि:स्तब्ध शांतता पसरली होती. खेळ रंगात आला होता. अहिरावांची चाल झाली, की थोड्याच वेळात गौरी आतून येत होती आणि सखूबाईंची चाल करून परत आत जात होती. किरकोळ प्यादी कामाला येत होती. बचावाचा खेळ खेळता-खेळता अहिरावांची घोडी, उंट आणि हत्ती माघार घेता-घेता संधी मिळेल तेव्हा पुढे झेपावत होती.

अचानक सखूबाईंकडून राजाला शह दिला गेला.

अहिराव ती चाल बघतच राहिले. काही क्षण गेले आणि अहिराव मागच्या लोडाला टेकत म्हणाले,

‘आम्ही हरलो.’

झरोक्यातून बघणाऱ्या सखूबाई आनंदाने उचंबळल्या होत्या. पण त्यांचा तो आनंद फार काळ टिकला नाही.

माणिकरावांनी अहिरावांना विचारलं,

‘हरलात? आणि तेही आमच्या कन्येकडून?’

अहिराव म्हणाले,

‘आम्ही हरलो नाही. हार पत्करली.’

‘मतलब?’

‘साफ आहे.’ अहिराव पटाकडे बोट दाखवत म्हणाले, ‘हा शह उठवायला आमचा अडीच घरावरचा घोडा तयार आहे... आणि घोड्याला सुरक्षित राखायला प्यादं आहे.’

आश्चर्यचकित नजरेनं झरोक्यातून सखूबाई बघत होत्या. त्यांनी आपल्या ओठावर हात ठेवला आणि उद्गारल्या,

‘अग्गोबयाऽऽ’

पट तसाच होता. अहिराव म्हणाले, त्यात काहीच खोटं नव्हतं.

अडीच घराच्या चालीनं सखूबाईंचा वजीर मारला गेला असता... आणि सखूबाईंच्या अंगावर तो डाव उलटला असता.

तुकोजीरावांनी विचारलं,

‘मग हार का पत्करलीत?’

‘माफ करा, आबासाहेब, आपण या घरचे पाहुणे आहोत. त्यांच्या कन्येबरोबर आपण जिंकणं योग्य नाही. ते आपल्या कीर्तीलाही शोभलं नसतं. म्हणून आम्ही हार पत्करली.’

‘भले बहाद्दर!’ माणिकराव उद्गारले. ते तुकोजीरावांच्याकडे पाहत म्हणाले, ‘तुकोजीराव, फार दिवसांनी खानदानी माणूस आमच्या नजरेस पडला.’

डाव संपला आणि अहिराव आपल्या महालात निघून गेले.

सखूबाईही आपल्या महाली गेल्या.

अंथरुणावर पडल्यावर त्यांना बराच वेळ झोप आली नाही. अडीच घरातल्या टप्प्यातला घोडा त्यांच्या नजरेसमोरून हलत नव्हता.

गप्पा, शिकार ह्यांत दिवस उलटत होते. मेजवान्या झडत होत्या. हसण्या-खिदळण्यांत वाडा भरून जात होता.

एके दिवशी दोन प्रहरी गौरी सखूबाईच्या महाली आली. सखूबाईंनी हसून तिला विचारलं,

'काय, ग?'

'ताईसाब, काय, ग, काय? आज रात्री जेवणाचा बेत काय काय करायचा?'

सखूबाई विचारात पडल्या.

'काय करायचं?'

'मलाच इचारा.'

'बाई, ग, काही सुचत नाही. पुलावे, रस्से तर दररोज चाललेत. हे शिकार करणार आणि आम्ही शिजवणार. या मांसमाशाचा कंटाळा कसा येत नाही, कुणास ठाऊक.'

'मग काय पाहुण्यांस्नी झुणका-भाकर घालणार?' गौरीनं विचारलं.

क्षणभर सखूबाई विचारात पडल्या... आणि दुसऱ्याच क्षणी टाळी वाजवत आनंदानं म्हणाल्या,

'छान सांगितलंस. आज खाशासहित साऱ्या शिबंदीला झुणका-भाकरच देऊ.'

'अग्गोबाई!' गौरी आश्चर्याने उद्‌गारली, 'भलतंच.'

'भलतं नाही, ठरलं! एकदा त्यांना कळू द्या, झुणका-भाकरीची चव काय असते, ती. असं करू. झुणका, भाकर, हिरव्या मिरचीचा खरडा, चटण्या, उसळ, लोणचं, शेवटी दही-कांद्याचा भात. मसुरीची आमटी, मठ्ठा आणि जेवण झाल्यावर गूळशेंगा, कसं?'

'बघा, बाई, मला काय म्हाईत न्हाई. सरकार रागावले, तर तुमी बगा.'

'अग, सोड. बघ तर. सारे खूश होतील. साऱ्या दासींना ताकीद दे. पंगत बसली की, तव्यावर शेकलेल्या गरम भाकरी पंगतीत जायला पाहिजेत. मी येते खाली. सारी व्यवस्था आपण करू.'

नाराजीने गौरी म्हणाली,

'जी.'

रात्रीच्या पंगतीला झुणकाभाकर मेजवानीत आली.

माणिकराव चकित झाले होते. सारे आनंदाने जेवत होते. अहिराव घाम टिपत खरडा-भाकर खात होते.

मेजवानी संपली. तुकोजीराव म्हणाले,

'व्वा! सुरेख बेत! फार दिवसांनी असं जेवण झालं.'

सारे महालात आले. महालात रौप्यतबकामध्ये शेंगागूळ ठेवला होता. ते

पाहून अहिरावांच्या चेहऱ्यावर स्मित प्रगटलं.

तुकोजीराव म्हणाले,

'माणिकराव, खानदानी जेवणाचा बेत जमला, बघा! ज्यांनी हा बेत आखला, त्याचं कौतुक करावं तेवढं थोडं.'

गूळशेंगा खात केव्हा मेजवानी आटोपली, ते कुणालाही कळलं नाही.

सकाळच्या वेळी स्नान-पूजा आटोपून माणिकराव आपल्या महालात बसले असता तुकोजीराव आले. जरा बोलणी झाली आणि तुकोजीराव म्हणाले,

'आम्ही, उद्या निघावं, म्हणतो.'

'एवढ्या लौकर?'

'लौकर!' तुकोजीराव हसत म्हणाले, 'आठ दिवस झाले. तुमच्या सहवासात दिवस कसे गेले, हे कळलंच नाही.'

त्याच वेळी सखूबाई दुधाचा पेला घेऊन आत आल्या. तो पेला त्यांनी तुकोजीरावांच्या हाती दिला.

तुकोजीराव सखूकडे पाहत होते.

सखूबाई म्हणाल्या,

'आपल्या महालात गेले होते. आपण येथे आहात, म्हणून कळलं.'

'बरं केलंस, पोरी.' आणि माणिकरावांच्याकडे वळून ते म्हणाले, 'माणिकराव, मोठी गुणी पोर आहे. स्वत: न दिसता सारी कामं ठरल्या वेळी करते. आमचे अहिराव कुठे आहेत?'

'न्याहारी करून ते बाहेर गेलेत, असं विठोजी सांगत होता.'

'बाहेर? ते बरं?'

'मला माहीत नाही.'

तुकोजीरावांनी दूध घेतलं.

रिकामा पेला घेऊन आत जात असता सखूबाईच्या कानांवर शब्द आले, 'माणिकराव, तुमची ना नसेल, तर आपणही पाय मोकळे करून येऊ.'

थोड्याच वेळात तुकोजीराव आणि माणिकराव वाड्याबाहेर पडले. गढीच्या प्रवेशद्वारी ते आले आणि त्याच वेळी समोरून आलेल्या अहिरावांच्याकडे त्यांचं लक्ष गेलं.

अहिरावांनी जवळ येऊन दोघांना मुजरे केले.

माणिकरावांनी विचारलं,

'कुठे गेला होता?'

'पागेकडे.'

'आमची जनावरं आवडली?'

'सुरेख आहेत.' आणि तुकोजीरावांच्याकडे वळून अहिराव म्हणाले, 'भारी नामवंत जनावरं आहेत.'

तुकोजीराव हसले. त्यांनी सांगितलं,

'आम्हांला माहीत आहे. माणिकरावांचा तो खास शौक आहे. तसली उमदी जनावरं खुद्ध छत्रपतींच्या पागेतही नाहीत.'

माणिकराव म्हणाले,

'असू दे, अहिराव, तुम्हांला एखादं जनावर आवडलं, तर जरूर निवडा.'

अहिराव तत्परतेनं म्हणाले,

'नको. पागेतलं एक घोडं हललं, तर पागेची शोभा जाईल.'

'छान बोललात.'

अहिरावांची दृष्टी उंचावली होती.

प्रवेशद्वाराच्या उंच कमानीवर एक मोत्यांची भरगच्च मोगरी टांगली होती. त्यालगतच एक रौप्य मेख नजरेत येत होती.

अहिरावांच्या नजरेकडे बघत तुकोजीराव माणिकरावांच्या जवळ गेले.

तुकोजीराव म्हणाले,

'अहिराव, ती मेख मोगरी आहे ना, ती निंबाळकरांची मिजास आहे.'

'मतलब?'

माणिकराव सांगते झाले,

'साफ आहे. अहिराव, आमच्या घराण्याचा असा पण आहे. कुणीही यावं आणि सूर्योदयापासून सूर्यास्तापर्यंत वाडे लुटून दाखवावेत. जो त्यात यशस्वी होईल, त्याला ती मोगरी मिळेल.'

'आणि तसं झालं नाही, तर–'

'तसं झालं नाही, तर!' माणिकरावांची छाती रुंदावली. 'तसं झालं नाही, तर ती मेख आहे ना, तिनं आव्हान स्वीकारण्याचं मस्तक मारलं जाईल. समोरचा कट्टा त्याचसाठी आहे.'

'मग हे आव्हान कुणी स्वीकारलं नाही?'

'आमच्या पिढीत तर नाही. पण मागच्या पिढ्यांत एक-दोघांनी ते धाडस केलं आणि मस्तकात मेख मारून त्यांचा अंत झाला, असं सांगतात.'

'या पिढीत कोणीच का धजलं नाही?'

'हं... कोण धजणार? आता नवीन पिढीत तो दम राहिला नाही. दम राहिला, तो डोईच्या मंदिलात आणि कमरेच्या शोभेच्या तरवारीत.'

'आणि आम्ही हे आव्हान स्वीकारलं, तर?' अहिरावांनी शांतपणे विचारलं. माणिकराव घाबरे झाले. गडबडीनं ते म्हणाले,

'तुम्ही आमच्या मित्राचे चिरंजीव आहात – एकुलते एक; हे विसरू नका.'

'आम्ही जरूर विचार करू. पण आम्हांला वाटतं, तुमच्या घराण्याचं हे आव्हान आम्ही जरूर स्वीकारू.'

'काय बोलता, अहिराव?' तुकोजीराव म्हणाले.

'आबासाहेब, खरं तेच सांगतो. डोईचा मंदील, ओठावरच्या मिशा आणि कमरेची तरवार एवढीच आमची मिजास आहे, असं साऱ्यांना वाटतं. हा आमचा अपमान नव्हे, तर साऱ्या तरुण पिढीचा अपमान आहे. तो आम्ही कदापिही सहन करणार नाही. आम्ही जिंकू किंवा हरू. पण आम्ही हे आव्हान स्वीकारलं, एवढं तरी मागे राहील. बस्स! ठरलं!' निश्चयाने अहिराव म्हणाले, 'जोवर आम्ही हे वाडे लुटणार नाही, तोवर आम्ही मंदील बांधणार नाही.' असं म्हणून अहिरावांनी डोईचा मंदील काढला आणि तो काखेत मारला.

साध्या बोलण्यातून हे विपरीत वळण लागलेलं पाहून तुकोजीराव, माणिकराव पुरे अस्वस्थ झाले होते.

त्या दोघांच्याकडे न बघता अहिराव वाड्याकडे चालू लागले.

त्यांच्या पाठमोऱ्या आकृतीकडे पाहत माणिकराव म्हणाले,

'तुकोजीराव, तुम्ही तरी सांगा.'

निराशेने मान हलवत तुकोजीराव म्हणाले,

'बाण सुटला, माणिकराव. ते आता आमच्या हाती नाही. त्यांचा स्वभाव आम्हांला माहीत आहे. ते भारी हट्टी आहेत. सांगून ते ऐकायचे नाहीत. सांगायला गेलं, तर फक्त आमचा शब्द खाली पडेल.'

ती वार्ता साऱ्या वाड्याभर पसरायला वेळ लागला नाही. सर्वत्र कुजबूज चालू होती.

त्या रात्रीच्या मेजवानीला नेहमीचा रंग भरला नाही.

रात्री निजानीज झाली आणि अहिरावांच्या महालात गौरी आली.

अहिरावांनी विचारलं,

'काय आहे?'

'ताईसाहेबांनी आपल्याला बोलावलंय्.'

'आम्हांला?'

'जी.'

अहिराव उठले आणि गौरीपाठोपाठ चालू लागले.

सखूबाईच्या महालाच्या दारी चिकाचा पडदा सोडला होता. आतून बांगड्यांचा आवाज आला आणि त्यापाठोपाठ शब्द आले,

'आपण वाडे लुटायला येणार, असं ऐकलं. खरं?'

'हो.'

'असलं धाडस करू नये. ऐकावं.'

'धाडसाशिवाय पुरुष जगत नाही.'

'पण असलं वेडं धाडस...'

'धाडस नेहमी वेडंच असतं.'

'आजवर कुणाला ते जमलं नाही. ते तुम्हांलाही जमणार नाही. आम्हांला त्या मेख मोगरीची नेहमीच किळस येते. आपल्या ऐश्वर्याची मिजास सांगायला ती मेख मोगरी लावायचं काहीच कारण नव्हतं.'

'पण लावलेय् ना! निंबाळकरांची मिजास ते अजूनही बाळगतात ना? ती केव्हा ना केव्हा उतरलीच पाहिजे.'

सखूबाईंचा स्वाभिमान दुखावला.

'ठीक आहे. मला ते पाहायचं आहे. निंबाळकर एवढे सोपे नाहीत.'

'ते आम्ही पाहू. येतो आम्ही.'

–आणि अहिराव आपल्या शयनगृहाकडे चालू लागले.

पडद्यामागे उभ्या असलेल्या सखूबाईंचे डोळे भरून आले.

आपल्या डोळ्यांतून अश्रू का ओघळतात, हे त्यांना कळत नव्हतं.

दुसरे दिवशी मानपान घेऊन, निंबाळकरांचा निरोप घेऊन, जाधवरावांची मंडळी गढी सोडती झाली. निरोप घेत असता दोघांनाही काही बोलवत नव्हतं.

जाधवांची रवानगी झाली; पण त्याचबरोबर निंबाळकरांच्या वाड्याचं स्वास्थ्यही नाहीसं झालं. सारं वातावरण कसं तंग होतं.

एके दिवशी सखूबाई आपल्या महालात असताना गौरी आत आली आणि म्हणाली,

'विठोजी आला आहे.'

'आत पाठव.'

विठोजी आत आला. त्यानं मुजरा केला.

एक दीर्घ निःश्वास सोडून सखूबाईंनी विचारलं,

'का आलास, बाबा? आबासाहेबांनी बोलावलंय्?'

'न्हाई, जी.' विठोजी म्हणाला, 'आपलं पाय दिसलं न्हाईत, म्हणून आलो.'

'बरं केलंस.'

'ताईसाब, लई आवई उठलीया.'

'कसली?'

'ते अहिराव वाडं लुटायला येनार, म्हनं.'

'हां. मीही ऐकलंय्.'

'येऊ द्यात. आपल्या मरनानं मरतात, तर मरू द्यात.'

'विठोजी!' सखूबाई उठत म्हणाल्या. तिचा आवाज करडा बनला होता.

स्वत:ला सावरत विठोजी म्हणाला,

'ताईसाब, खरं सांगू? तसा दिलदार मानूस बगायला मिळायचा न्हाई. जाताना वाड्यातल्या सगळ्या बायांना, कामकरी मानसांना मूठमूठभर भरून खुशाली दिली. आनी–'

'आणि काय?'

विठोजी क्षणभर घुटमळला. धीर करून तो म्हणाला,

'जाताना आपला पटका माझ्या हाती दिला. म्हणालं–'

'काय?'

'ते म्हणालं, विठू, हा पटका जतन कर. आम्ही मानानं परत आलो, तर हा आम्हांला परत दे. तसं झालं न्हाई, तर आमच्या माघारी आमचा हा पटका तुमच्या ताईसाबांना दे.'

'असं म्हणाले?' सखूबाईचे डोळे विस्फारले होते.

'जी!'

'आबासाहेब कुठं आहेत?'

'आपल्या महालात, जी.'

'ठीक आहे. तू जा.'

विठू जाताच मनातून उद्विग्न झालेल्या सखूबाई माणिकरावांच्या महालाकडे चालू लागल्या.

महालात माणिकराव एकटेच होते. गेले चार दिवस तेही बेचैन होते. सखूबाईंना पाहताच ते म्हणाले,

'ये, सखू. बरं झालं, तू आलीस, ते. दिवाळी आता जवळ आली. नोकर-चाकर, शिबंदीचे पोशाख अजून व्हायचे आहेत. त्यासाठी फलटणहून वाण मागवली आहेत. तू त्याची निवड कर. तसंच, तुम्हांला लागणाऱ्या सामानाची यादी तू कारभाऱ्याकडे दे.'

'जी.'

'सखू, उभी का? बस ना!'

पण सखूबाई बसल्या नाहीत. त्या तशाच उभ्या होत्या. माणिकरावांच्याकडे पाहत त्यांनी विचारलं,

'आबासाहेब, एक विचारू?'

'विचार ना!'

'आबा, तुम्हांला वाटतं की, ते जाधव वाडे लुटायला येतील?'

आपल्या मांडीवर थाप मारीत माणिकराव म्हणाले,

'असं वाटतं खरं. त्याचमुळे आम्ही बेचैन आहोत.'

'मग कशाला ती मेख मोगरी टांगलीत? काढून फेकून द्यायची होतीत.'

एक उसासा सोडून माणिकराव म्हणाले,

'कैक वेळेला तो विचार आमच्या मनात आला. पण ती पिढ्यान् पिढ्या चालत आलेली. तिला धक्का लावण्याचं बळ आमचं नाही.'

'बळ! कसलं बळ, आबा? तुमचं घराण्याचं ऐश्वर्य सांगण्यासाठी ती मेख मोगरी! थुंकते मी त्यावर. तुमच्या ऐश्वर्याचा दिमाख दाखवण्यासाठी वीरांचा बळी. आबासाहेब, पूर्वपुण्याईनं तुमच्या घरी लक्ष्मी पाणी भरते, ते सांगण्यासाठीच ना ही मेख मोगरी? घराण्याची प्रतिष्ठा, म्हणे! कसला प्रतिष्ठा? कुणासाठी हे? नशिबानं ऐश्वर्य मिळालं, ते लोकांचं भलं व्हावं, म्हणून. त्यासाठी वीरांचा बळी घेतला जाऊ नये. त्यात ना स्वाभिमान, ना कीर्ती. आबासाहेब, तुमच्या पिढीत हा कलंक ह्या घराण्याला लावू नका.'

'कळतं, पोरी, सारं कळतं.' हताश होऊन माणिकराव म्हणाले. 'कळतं; पण वळत नाही, त्याला मी काय करू? मी परोपरीनं अहिरावांना वळवण्याचा प्रयत्न केला. पण त्यांनी मानलं नाही. आता ते अहिराव नाहीत. ती घराण्याची प्रतिष्ठा आहे. त्याला मी बद्ध आहे. त्यात मला आनंद नाही, हे लक्षात ठेव.'

'राहिलं! जाते मी. तुमच्या घराण्याची प्रतिष्ठा तुम्ही सांभाळा.'

माणिकराव बैठकीवरून उठून सामोरे आले. त्यांनी सखूला मिठीत घेतलं.

'पोरी, निदान तू तरी माझ्यावर रागावू नको. सुदैवानं अहिरावांनी पण जिंकला, तर त्यात मला आनंदच आहे. पण तसं घडेल, असं वाटत नाही. जे होईल, ते खरं! ते सोसायचं बळ आम्हांला मिळावं, यासाठी देवाची प्रार्थना करतो.'

आपले अश्रू टिपत सखूबाई त्या मिठीतून दूर झाल्या. विमनस्कपणे आपले अश्रू पुसत त्या महालाबाहेर निघून गेल्या.

दिवस उलटत होते. पण काही घडत नव्हतं. उलटणाऱ्या दिवसाबरोबर

सुटकेचा एक निःश्वास बाहेर पडत होता.

पण हे समाधान फार काळ टिकलं नाही.

एके दिवशी जाधवांचा एक स्वार खलिता घेऊन आला. थरथरत्या हातांनी तो खलिता माणिकरावांनी उघडला. त्यांची नजर खलित्यावरून फिरत होती. खलिता वाचून होताच थरथरत्या हातांतून खलिता गळून पडला.

अहिरावांनी आव्हान स्वीकारलं होतं.

माणिकराव सुन्न होऊन पलंगावर बसले.

किती वेळ गेला, हेही त्यांना कळलं नाही.

पावलांच्या आवाजानं ते भानावर आले.

सखूबाई आत येत होत्या.

त्यांचा चेहरा कोमेजलेला, चिंताक्रांत होता.

माणिकरावांनी एकदम सखूबाईंच्याकडे पाहिलं आणि परत मान खाली घातली.

'आबा, जाधवांचा खलिता आला आहे, म्हणे!'

माणिकरावांचा संताप उसळला. उठत ते म्हणाले,

'कोणी सांगितलं हे? ह्या वाड्यात कुठलीही गोष्ट खासगी राहत नाही.'

माणिकरावांच्या बोलण्याकडे लक्ष न देता सखूबाईंनी परत विचारलं,

'खलिता आला आहे, हे खरं ना?'

'हो!' घोगऱ्या आवाजात माणिकराव म्हणाले.

'काय म्हणतात जाधव?'

'त्यांनी आव्हान स्वीकारलं आहे. पुढच्या पंधरवड्यात ते वाडे लुटायला येणार आहेत.'

'ही हिम्मत! खुशाल या, म्हणावं.'

'पोरी, एवढं सोपं नाही ते. याचा परिणाम काय होईल, हे तुला माहीत नाही. यातून फक्त वैर निर्माण होईल. पिढ्या-पिढ्यांची मैत्री तुटून जाईल. एक उतरतीकडे सरकल्या जीवाचा निर्वंश होईल. आणि...'

'त्याला आम्ही जबाबदार नाही. हा वेडा हट्ट त्यांनीच स्वीकारला. म्हणे, धाडस नेहमीच वेडं असतं. त्याची फळं ते भोगतील...'

'कुणाबद्दल बोलतेस हे?'

सखूबाई एकदम भानावर आल्या. आपण काय बोलून गेलो, हे त्यांच्या ध्यानी आलं. स्वतःला सावरत त्या म्हणाल्या,

'काही नाही. आबा, त्यांना कळवा. पंधरा दिवसांनी कशाला? येणार

असाल, तर उद्या या, म्हणावं...' आणि सखूबाई उत्तराची वाट न पाहता महालाबाहेर निघून गेल्या.

दिवस सरत होते आणि एके दिवशी गढीबाहेरच्या माळावर जाधवांच्या बैलगाड्या, सांडणीस्वार दाखल झाले. त्या माळावर दोन प्रशस्त डेरे उभारले गेले. त्यासमोर एक शानदार शामियाना उभारला गेला. शिबंदीच्या राहुट्या सजल्या. शिबंदीचे जेवणखाण तेच करीत होते. त्यानंतर दोन सुरेख बैलगाड्या त्या तळावर आल्या. बैलांच्या शिंगांना सुवर्णाच्या शेंब्या होत्या. बैलांच्या पाठीवर जरी झुली होत्या. देखण्या बैलगाड्यांच्या चाकांवर चांदीच्या फुल्या मारल्या होत्या.

त्या दोन बैलगाड्यांच्याकडे माणिकरावांची शिबंदी कौतुकानं पाहत होती—

—आणि एक दिवशी टापांचा धुरळा उधळला.

तुकोजीराव आणि अहिराव डेरेदाखल झाले.

ती बातमी माणिकरावांच्या कानांवर आली. आतापर्यंत ऐकत बसलेल्या माणिकरावांना राहवलं नाही.

दुसरे दिवशी सकाळी आपल्या खास सेवकासह ते गढीबाहेर पडले. जाधवांच्या शामियान्यासमोर ते आले आणि शामियान्यातून तुकोजीराव, अहिराव सामोरे आले. मुजरे झडले आणि पण उराउरी भेट झाली नाही.

तुकोजीराव म्हणाले,

'आत चलावं.'

'आत?' माणिकरावांचा संयम सुटला, 'काय थट्टा चालवलेय् तुम्ही? पोराच्या संगतीला लागून तुम्हीही नादान बनलात? निंबाळकरांचे वाडे केव्हा ओस पडले की, त्यामुळे माळावर आपल्या छावण्या टाकाव्यात! हा तमाशा का मांडलात? जबाब द्या—'

अहिराव पुढे झाले. अदबीनं ते म्हणाले,

'सरकार, बेअदबीची कसूर माफ व्हावी. आम्ही आपला पाहुणचार एकदा मनसोक्त उपभोगला आहे. कुबेरालाही लाजवील, असं निंबाळकरांचं ऐश्वर्य आम्ही पाहिलं आहे. पण या खेपेला आम्ही आपले पाहुणे नाही. आम्ही वाडे लुटायला आलो असता आपल्या घरी राहणं योग्य नाही. गैरसमज न व्हावा, ही विनंती.'

काय बोलावं, हे माणिकरावांना कळत नव्हतं. ते अहिरावांच्याकडे पाहत होते.

मस्तकी फेटा नव्हता. काळेभोर केस मानेवर रुळत होते, अंगात मलमली

कुडता, पायांत चुस्त विजार आणि मोजडी होती. अंगरख्यावर दुशेला नव्हता...

'केव्हा येणार वाडे लुटायला?' स्वत:ला सावरत माणिकरावांनी विचारलं.

'अष्टमीचा मुहूर्त धरला आहे.' अहिरावांनी सांगितलं.

'ते बरं?' माणिकरावांनी उपरोधाने विचारलं.

'अष्टमी हा लक्ष्मीचा दिवस. लक्ष्मी लुटायची झाली, तर...'

'ठीक, ठीक!' माणिकराव उद्गारले, 'पण लक्षात ठेवा, अहिराव. लक्ष्मी चंचल असते. सहसा सहजपणे ती कुणाला गवसत नाही.'

'ते आम्ही पाहू.' अहिराव म्हणाले.

'जरूर पाहा. पण, अहिराव, अजून आम्ही सांगतो, तुमचं-आमचं वैर नाही. हा पण विसरून जा. आमच्या मैत्रीत हा मिठाचा खडा टाकू नका, तुकोजीराव.'

तुकोजीरावांनी खाली मान घातली होती.

माणिकराव नि:श्वास सोडून म्हणाले,

'ठीक आहे. येतो आम्ही.'

'आत चलावं–'

'नाही!' ताड्कन माणिकराव म्हणाले, 'जे दरोडेखोर आहेत, त्यांच्या निवासात आम्ही कसे येणार? आम्ही येतो...' म्हणत माणिकरावांनी पाठ फिरवली.

'सरकार...' अहिरावांनी हाक मारली.

माणिकराव वळले.

अहिराव पुढे धावले आणि त्यांनी माणिकरावांच्या पायांवर हात ठेवले.

मागे सरत माणिकराव म्हणाले,

'हे काय करता?'

'आशीर्वाद द्यावा...'

माणिकराव गहिवरले. ते म्हणाले,

'उठा! अहिराव, आम्ही हरलो, तर त्याइतका आनंद आम्हांला दुसरा नाही. पण तुम्ही हरलात, तर त्यापरते दु:ख नाही, हे लक्षात ठेवा. आम्ही येऊ?'

'जरा थांबावं.' अहिराव म्हणाले, 'आम्ही वाडे लुटायला जरूर येऊ. पण त्यासाठी दोन अटी आहेत.'

'अटी! कसल्या अटी?'

'जेव्हा आम्ही येऊ, तेव्हा शिबंदीचे रक्षक, दासदासी असून चालणार नाही. सारे वाडे मोकळे असायला हवेत.'

'कारण?'

'सूर्योदयापासून सूर्यास्तापर्यंत आम्ही वाडे लुटणार. हे खरं?'

'अलबत.'

'मग एवढ्या थोड्या वेळात आम्ही वाडे लुटणार. तुमची माणसं असली, तर गोंधळ उडेल.'

'ठीक आहे. आमची माणसं असणार नाहीत. मग तर झालं? फक्त आमच्या देवपूजेला ब्राह्मण येईल.'

'चालणार नाही.' अहिराव कठोरपणे म्हणाले.

'का?'

'का! साफ आहे. वाडे आम्हांला मोकळे हवेत. तेथे क्षणालाही महत्त्व आहे. त्यामध्ये पूजा-अर्चा, नैवेद्य आणि घंटानाद यांचा उपद्रव नको.'

'अहिरऽ' माणिकराव उद्गारले.

पण तिकडे लक्ष न देता अहिराव बेडरपणे उभे होते.

'हे जन्म-मरणाला आव्हान आहे. सरकार, त्यात कुठलीही कुचराई आम्ही स्वीकारणार नाही.'

माणिकराव आपला संताप आवरत म्हणाले,

'ठीक आहे. मित्रप्रेमापोटी आम्ही तुमची अट स्वीकारतो. आमचे वाडे तुमच्यासाठी मोकळे राहतील. आमचा निवास आणि राणीवशाचा महाल तेवढी जागा सर्व वाड्यातून वगळा. तुम्ही वाडे लुटलेत की, आम्हांला खबर द्या. आम्ही अन्य ठिकाणी जाऊ. मग उरलेले आमचे महाल लुटा. मान्य?'

'जी!'

माणिकराव म्हणाले,

'एक दिवस पूजा नाही झाली, तर नाही झाली. दुसरे दिवशी तुम्ही हरल्यावर आम्ही अभिषेक करू.'

बोलता-बोलता माणिकरावांचा कंठ दाटला.

'आम्ही जरूर अभिषेक करू – एक फुलांचा आणि दुसरा अश्रूंचा. येतो आम्ही.'

माणिकराव निघून गेले.

त्यांना अडवायचं बळ दोघांचंही नव्हतं.

दिवस उलटत होते.

सप्तमी झाली.

सखूबाई सज्जात उभ्या राहून ती धीट चंद्रकोर पाहत होत्या.

द्वितीयेपासून कलेकलेने वाढत जाणारी चंद्रकोर पाहण्यात सखूबाई केवढ्या

रममाण होत असत. पण आता त्या चंद्रकोरीकडे बघण्यात त्यांना आनंद वाटत नव्हता.

खरंच! ही चंद्रकोर पौर्णिमेचं रूप घेईल का?

ते तिला साधेल का?

वेडे! सप्तमीचा चंद्र उभा आहे.

तो पौर्णिमा गाठल्याखेरीज थोडाच थांबणार?

वेडी आशा!

मध्येच ग्रहण लागलं, तर?

ती कल्पनाही सखूबाईंना असह्य झाली. त्या तशाच माघारी वळल्या. आत जाऊन त्यांनी आपल्या पलंगावर अंग झोकून दिलं.

दबक्या पावलांनी गौरी आत आली. तिनं धीर करून विचारलं,

'ताईसाब...'

'काय, ग?' त्रासिकपणे सखूबाई म्हणाल्या.

'आजच्या जेवणाचा बेत...'

'मसणात गेला!' सखूबाई उफाळल्या. 'हवं ते करा. मला काही सांगू नका. मी खाली येणार नाही. कळलं?'

'जी...' म्हणत गौरी त्वरेनं खाली गेली.

पहाट झाली.

अहिराव स्नान करून बाहेर आले. ते वाड्याच्या दरवाजाकडे पाहत होते. सारी शिबंदी आज्ञेप्रमाणे सज्ज झाली होती. अहिराव तुकोजीरावांच्या डेऱ्यात गेले. त्यांनी त्यांना वंदन केलं. सुन्न झालेले तुकोजीराव गुडघ्यांत मान घालून बसले होते. त्यांनी वर पाहिलं. काय बोलावं, हे त्यांना सुचत नव्हतं. शेवटचा प्रयत्न म्हणून ते म्हणाले,

'अहिराव, हा हट्ट अजूनही सोडा. मी माणिकरावांना समजावीन.'

'नाही, आबासाहेब. ते आता होणे नाही.'

अहिरावांच्या करारी मुद्रेकडे पाहात तुकोजीराव म्हणाले,

'ठीक आहे. औक्षवंत व्हा.'

वडिलांचा निरोप घेऊन अहिराव डेऱ्याबाहेर आले.

पूर्व क्षितिजावर भगाटलं होतं. अहिरावांची सारी शिबंदी सज्ज होती. सूर्योदय व्हायची वेळ नजीक आली होती. अहिराव आपल्या घोड्यावर स्वार झाले.

सूर्यबिंब उमटू लागलं आणि हरहर महादेवचा घोष साऱ्या परिसरात घुमला.

अहिराव आपल्या शिबंदीसह वाड्यात घुसले होते. त्यांच्या पाठोपाठ त्या

देखण्या बैलगाड्या आणि पाठोपाठ येणारा मेणा त्या वाड्यात प्रवेश करता झाला.

माणिकरावांच्या पहिल्या वाड्याची लुटालूट सुरू झाली. जामदारखान्यातली एखादी संदूक बैलगाडीत ठेवली जात होती आणि पाठोपाठ साऱ्या महालातल्या गाद्यागिर्द्या बैलगाडीत भरल्या जात होत्या. भरलेल्या बैलगाड्या बाहेर जात होत्या आणि रित्या होऊन माघारी येत होत्या. माणिकराव आश्चर्याने ती लूट पाहत होते. चांदीच्या समया, भांडारखान्यातील द्रव्य याला कोणीच हात लावत नव्हतं. लूट चालली होती, ती वरपांगी कपड्यालत्त्यांची. गाद्या-गिर्द्यांची. साऱ्या महालात अहिरावांच्या माणसांची वर्दळ जत्रेसारखी होत होती. त्याचा अर्थ माणिकरावांना कळत नव्हता.

दोन प्रहर टळत आली, तरी वाड्याचा चार आणे भाग उचलला गेला नव्हता.

पाहता-पाहता सायंकाळ झाली. बघता-बघता सूर्य अस्ताला गेला आणि वेशीतनं निंबाळकरांचं विजयाचं शिंग फुंकण्यात आलं.

माणिकराव धावत खाली आले. ते गहिवरून अहिरावांना म्हणाले,

'अहिराव, हरलात ना?'

'या क्षणी ते म्हणायला हरकत नाही. आम्ही येतो.'

'अहिराव, आम्ही सांगितलं होतं. पण तुम्ही ऐकलं नाही. हा दुर्दैवी प्रसंग तुम्ही आमच्यावर ओढवलात. याचा नतीजा माहीत आहे?'

'जी.'

'उद्या सकाळी तुम्हांला याच वेशीमध्ये यावं लागेल. मेखसूनं तुमचं मस्तक मारलं जाईल. जा तुम्ही.'

अहिराव हसले. ते म्हणाले,

'आणि आम्ही पळून गेलो, तर?'

'अहिराव, आम्ही तुमच्यापेक्षा तुमच्या वडिलांना ओळखतो. जाधवांच्या घराण्यात पळून जायची सवय नाही. तसं घडलं, तर जाधवांच्या घराण्याला त्यापेक्षा मोठा कलंक लागणार नाही.'

–आणि एवढं बोलून माणिकराव जड पावलांनी माघारी वळले.

वाड्यात येताच सखूबाई माणिकरावांच्या सामोरी आल्या. भयभीत नजरेनं त्यांनी विचारलं,

'जाधव हरले, हे खरं?'

'हां! हरले! त्याचं प्रायश्चित्त त्यांना भोगावं लागेल.'

'आबाऽऽ'

'पोरी, माझे हातपाय घराण्याशी जखडले गेले आहेत. हा दिवस आला नसता, तर फार बरं झालं असतं. आता त्याला इलाज नाही. जे घडणार आहे, ते टळणार नाही. जा, सखू... झोप जा... उद्याची सकाळ बघायला जागी होऊ नको...'

अश्रुपूर्ण नजरेनं सखूबाई वळल्या. पाठमोऱ्या झालेल्या बापाकडे पाहायचा धीर त्यांना राहिला नव्हता.

भल्या पहाटे अहिराव स्नान व पूजा आटोपून गढीच्या प्रवेशद्वाराशी जाण्यासाठी सज्ज झाले होते. तुकोजीरावांच्या मंडळींत उदासीनतेची छाया पसरली होती.

अहिराव तुकोजीरावांच्या डेऱ्यामधे गेले आणि म्हणाले,

'आबासाहेब, जाण्याची तयारी झाली आहे. आपण चलावं.'

तुकोजीरावांचा उरलेला संयम ढळला होता. ते गरजले,

'कशाला आम्हांला बोलावता? तमाशा पाहायला?'

'आबासाहेब, आपण वीर आहात. जे होईल, ते पाहणं तुमचं कर्तव्य आहे. उठा, आबासाहेब. या वेळी तुम्ही आमच्या पाठीशी उभं राहायला हवं.'

'पाठीशी!'

अरे, तुमचं रूप पाहण्यात आयुष्याचं देहभान हरपलं.

ते रूप कोमेजलेलं पाहायला बोलावतोस?

प्रतिष्ठा!

घराण्याची प्रतिष्ठा!

अशा अग्निदिव्यांनीच का ती प्रतिष्ठा सांभाळावी लागते?

आपल्या विचारातून तुकोजीराव सावध झाले, ते तितक्याच निष्ठुरपणे म्हणाले,

'आम्ही येतो.'

सूर्य उगवला होता. गढीच्या प्रवेशद्वाराशी माणिकराव आणि त्यांचे सेवक खालमानेने उभे होते. घोड्यांच्या टापांचा आवाज आला आणि साऱ्यांच्या माना नकळत वर झाल्या. नामवंत पंचकल्याणी पांढऱ्याशुभ्र घोड्यावरून येणारी पिता-पुत्राची जोडी साऱ्यांच्या नजरेत आली.

तुकोजीरावांच्या डोईला मंदील होता. पण अहिरावांच्या मस्तकी काही नव्हतं.

हे देखणं रूप न्याहाळात असता माणिकरावांच्या पायांतलं बळ सरत होतं. गढीच्या प्रवेशद्वाराशी दोघंही पायउतार झाले.

सारं बळ एकवटून माणिकराव म्हणाले,

'तुकोजीराव, आम्ही आमच्या घराण्याच्या पणाला बद्ध आहोत.' आणि आपल्या सेवकांकडे वळून ते म्हणाले, 'शिडी लावा आणि ते मेखसू उतरा!'

'मेखसू कशाला उतरवता? उतरायची झाली, तर ती मोगरी उतरा.'

'मोगरी?'

'हां मोगरी! आज आम्ही तुमच्यासकट तुमचं ऐश्वर्य लुटलं आहे. तुम्हांला ते मान्य करावं लागेल.'

'काय सांगता?'

'खरं तेच सांगतो आहे.'

–आणि अहिरावांनी टाळी वाजवली. त्या इशारतीबरोबर एक मेणा पुढे आला. त्यातून एक धोप तरवार आणि ताम्रपट घेऊन अहिराव माणिकरावांच्या पुढे नजर करीत म्हणाले,

'ही तुमची धोप-तरवार आणि ताम्रपट! या दोन्ही गोष्टी आम्ही लुटल्या आहेत. आता तुमच्याजवळ राहिलंय् काय? तुमचं ऐश्वर्यच नव्हे, पण तुमच्यासकट सर्व काही आम्ही लुटलं आहे. अस्सल मराठे असाल, तर हे मान्य करा. नाहीतर आमचं मस्तक मारा...'

विस्फारित नजरेनं माणिकराव त्या धोप तरवारीकडे आणि ताम्रपटाकडे पाहत होते. ते उद्वेगाने म्हणाले,

'ठीक आहे. आम्ही मान्य करतो. यासाठीच ना त्या ब्राह्मणाला मज्जाव केला होता?'

अहिराव हसले. ते म्हणाले,

'हो! खरं आहे. सारेच डाव सरळपणानं जिंकता येत नाहीत. त्यासाठी राजकारणाचे डावही खेळावे लागतात.'

माणिकराव मनसोक्तपणे हसले. अहिरावांना मिठीत घेत म्हणाले,

'अहिराव, पराजयसुद्धा किती सुखकर असतो, हे आज तुम्ही सांगितलंत. आज आमच्यासकट सारे वाडे तुम्हांला मोकळे आहेत.' आणि सेवकांकडे वळून त्यांनी सांगितलं, 'शिड्या लावा आणि ती मोगरी खाली उतरा.'

अहिराव म्हणाले,

'आम्हांला ती मोगरी नको आहे... आम्हांला...'

अहिराव थबकले.

माणिकरावांनी विचारलं,

'मग काय हवं?'

–आणि तुकोजीराव पुढे येत म्हणाले,

'आम्ही जाणतो. त्यांना ती मोगरी नको आहे, हवी आहे तुमच्या वाड्यातली.'

माणिकराव तुकोजीरावांच्या नजरेत बघत राहिले. बघता-बघता त्यांच्या ओठावर हसू उमटलं. मान हलवत ते मोकळेपणाने हसले. त्या हसण्यानं त्यांच्या डोळ्यांत पाणी तरळलं. डोळ्यांतलं पाणी न पुसता ते तुकोजीरावांना म्हणाले,

'तुकोजीराव, आज आमच्या अहिरावांनी आम्हांस साफ लुटलं... साफ लुटलं...'

–आणि माणिकराव पुढे झेपावले. त्यांनी तुकोजीरावांना कडकडून मिठी मारली.

उंच कमानीवर दिमाखात लटकत असलेल्या मोगरीकडे कुणाचंच लक्ष नव्हतं. त्यांची ती उराउरी भेट सारे भान हरपून बघत होते.

◆

२

๑๑๑

संस्कार

ऊन रखरखत होतं. वाऱ्याचा टिपूसही नव्हता. एखादी झुळूक आलीच, तर गरम झोत अंगाला झोंबायचा. त्या वाटेवरून अनवाणी पायांनी अंगात छाटी घातलेला, मस्तकी संजाब, कपाळी उभा अष्टगंध लावलेला एक तरुण मुलगा भरभर चालत होता. गावाच्या वेशीतच एक वडाचं मोठं झाड होतं. त्या तरुणाला सारे निरखत होते. फार तर सतरा-अठरा वर्षांचं त्याचं वय असावं. एका काखेत धोपटी, दुसऱ्या काखेला भिक्षेची झोळी अडकवलेली होती.

त्या तरुणानं विचारलं,

'महाराज, हे गाव कोणतं?'

सारे खदखदून हसले. त्यांतला एकजण म्हणाला,

'ऐका, रस्ता माहीत नाही. गावाचं नाव माहीत नाही... आणि हे चाललेत भिक्षा मागायला!'

–आणि त्या तरुणाकडे वळून तो म्हणाला,

'गावाचं नाव विठ्ठलगाव.'

त्या तरुणाने भक्तिभावानं हात जोडले.

त्या माणसांमधे एक म्हातारा पत्रावळ शिवत बसला होता. त्यांतली एक पत्रावळ त्यानं त्या तरुणाच्या हातात दिली.

मोठ्या कष्टानं तरुणानं विचारलं,

'जेवण मिळेल का?'

दुसरा म्हणाला,

'जा, बाबा, जा. मिळालं, तेवढंच पुष्कळ समज.'

त्या तरुणाने परत सर्वांना नमस्कार केला आणि भाजल्या वाटेवरून तो चालू लागला.

प्रत्येक घर तो न्याहाळत होता.

जाता-जाता एका ठिकाणी एक दोनपाखी घरासमोर त्याचे पाय थबकले.

घरासमोर सारवलेलं अंगण होतं. त्यात एक छोटं तुळशीवृंदावन होतं. घराच्या पायरीवर एक गृहस्थ तुळशी निवडत बसला होता. वयस्कर झालेल्या त्या गृहस्थाच्या कपाळी उभा गंध कोरला होता. पायांत धोतर आणि खांद्यावर पंचा हेच त्याचं वस्त्र होतं. त्याने त्या तरुणाकडे पाहिलं. त्याला निरखीत विचारलं,

'कोण, रे बाबा, तू?'

'माझं नाव नारायण कुलकर्णी. भिक्षा मिळेल का?'

तो म्हातारा हसला. म्हणाला,

'मुला, मला विश्वंभर म्हणतात. दारासमोर माधुकरी मागायला आलेल्या कुणालाही रिकाम्या हातानं ह्या घरातून पाठवलं गेलं नाही. तुझं गाव कुठलं?'

'नारळगाव.'

'विदर्भातलं?'

'हो!'

'वडील काय करतात?'

'ते निवर्तले.'

'आणि आई?'

'तीही देवाघरी गेली.'

'मग घरात कोणी नाही?'

नारायण खिन्नपणे हसला.

'घरदार असलं, तर!'

'मी नाही समजलो.'

'आईवडील गेले आणि कर्जात घरदारही गेलं.'

'आणि त्या वेळेपासून हाच भिक्षुकीचा धंदा करतोस?'

'क्षमा असावी. भिक्षुकी हा धंदा नसतो. धर्म असतो.'

'कुणाचा मुलगा तू?'

'केशवशास्त्री.'

विश्वंभराचे डोळे विस्फारले गेले. ते उद्गारले,

'केशवशास्त्री! थोर कीर्तनकार!'

'हो.'

विश्वंभर गडबडीनं उठले. आत बघून त्यांनी हाक मारली,

'अहो, ऐकलंत का?'

काही क्षणांतच घरातून नऊवारी पातळ नेसलेल्या एक बाई उभ्या राहिल्या. त्यांच्याकडे बघत विश्वंभर म्हणाले,

'ह्याच्या भोजनाची व्यवस्था करा. फार मोठा पाहुणा आहे, बरं! अहो, खुद्द

केशवशास्त्र्यांचा मुलगा आहे.'

'असं का! असू दे. असू दे. बस, बाळा.' विश्वंभरअण्णांच्या पत्नी गोदाबाई म्हणाल्या.

त्यांची सून कडाडली,

'काय, मेलं, घर तरी! भोजनाला यायची ही का वेळ? मूठभर तांदूळ टाकले असते, तरी काम भागलं असतं. पण अण्णा ते कसं करतील? तेही कीर्तनकारच ना! घराची एकदा धर्मशाळा केली, की सुटले!'

पण त्या बोलण्याचा अण्णांवर काही परिणाम होत नव्हता. ते नारायणला डोळे मिचकावत म्हणाले,

'एकेकाचा स्वभाव असतो. तू तिकडं लक्ष देऊ नको.'

'मोठी माणसं म्हणजे आईसारखी. त्या बोलल्या, म्हणून कोणी रागावतं का? अण्णा, इथं जवळपास नदी आहे?'

'विठ्ठलगावाला नदी नाही, असं होईल कसं? ही खालची वेस ओलांडून गेलं, की नदीच लागते.'

नारायणानं आपल्या काखेची एक झोळी खुंटीला लावली आणि तो म्हणाला,

'मी एवढ्यात स्नान करून येतो.'

'सावकाश ये.'

स्नानाला गेलेला नारायण बऱ्याच वेळानं परत आला.

विश्वंभरांनी हसून त्याच्याकडे पाहिलं.

'वेळ केलास, बेटा.'

शरमेनं नारायण म्हणाला,

'छाटी वाळायला जरा वेळ लागला.'

'तुझी एकच छाटी आहे? आणि लंगोटीचं?'

नारायण आणखीन लाजला.

'दुसरी धोपटीत होती, म्हणून निभावलं.'

त्याच वेळी अण्णांच्या पत्नी गोदाबाई भोजनाचं ताट घेऊन बाहेर आल्या. नारायण म्हणाला,

'ताट-वाटी कशाला आणलीत? मी दोन पत्रावळ्या आणल्यात ना!'

चित्राहुती घालण्याआधी नारायणनं विचारलं,

'आपण वैष्णवच ना?'

अण्णा हसत म्हणाले,

'हे काय विचारणं झालं? अरे, मी नुसता वैष्णव नाही, तर विठ्ठलपूजेचा

मान आमच्याकडे चालत आलेला आहे. का विचारलंस तू?'

'स्पष्ट बोललं, तर राग नसावा. अलीकडे धर्म ही नुसती नावाची बाब ठरली आहे. कोण काय खातो, काय पितो, याला मर्यादा राहिली नाही...'

एखादी संतापलेली नागीण बाहेर यावी, तशी अण्णांच्यासमोर वासंती आली. कमरेवर हात ठेवत ती म्हणाली,

'येता, ते येता, अवेळी येता आणि आमच्या कुळाला बट्टा लावता? खायचं असेल, तर मुकाटपणे गिळा, नाहीतर चालते व्हा.'

गोदाबाई कणखरपणानं म्हणाल्या,

'सूनबाई, तुम्ही आत जा. जोवर आम्ही आहोत, तोवर या घरात आमची सत्ता राहील. जा म्हणते ना!' आणि नारायणकडे वळून त्या म्हणाल्या, 'मुला, क्षमा कर. असं व्हायला नको होतं.'

नारायण म्हणाला,

'नाही. माझ्या मनात काहीसुद्धा नाही. या प्रवासात यापेक्षा अनेक बरे-वाईट अनुभव मी घेतले आहेत. त्याची मला सवय आहे. मला एवढंच सांगा, ही ताटवाटी विसळायची जागा कुठे?'

अण्णा म्हणाले,

'असाच पाठीमागे जा, परसदारी चौक आहे. पाण्याचा नळ आहे. तिथं तुला हवं तेवढं पाणी मिळेल.'

ताटवाटी स्वच्छ धुऊन, हातपाय धुऊन, नारायण कट्ट्यावर येऊन बसला. अण्णा म्हणाले,

'पुढचं गाव फार दूर आहे. पोहोचायला रात्र होईल. आज तू इथंच राहा ना! मी थोडी वामकुक्षी करतो. तुला झोप येत नसेल, तर तू गाव फिरून बघून ये.'

गावाच्या मानाने विठ्ठलमंदिर सुरेख होतं. चारी बाजूंच्या ओवऱ्या, आतला प्रशस्त गाभारा आणि पुरुषभर उंचीच्या विठ्ठल-रखमाईच्या मूर्ती ते पाहून नारायणचं मन प्रसन्न झालं. बराच काळ तो तिथं बसून राहिला. नंतर नदीकाठ फिरला आणि सायंकाळच्या वेळी तो परत अण्णांच्या घरी आला.

रात्री अण्णांनी नारायणला माजघरातच झोपायला सांगितलं. पण नारायण म्हणाला,

'उकाडा फार आहे. मी बाहेरच सोप्यात झोपेन.'

'तसं कर. थांब. तुला अंथरायला-पांघरायला काही नसेल, मी आणून देतो.'

अण्णांनी एक जमखाना, चादर, पाण्याचं भांडं आणलं आणि ते नारायणाच्या हाती दिलं.

दुसरे दिवशी पहाटे अण्णांना जाग आली. त्यांनी पाहिलं.

तो शेजारी कमरेवर हात ठेवून वासंती उभी होती. वासंती कडाडली,

‘पाहिलेत तुमचे गुण! तरी सांगत होते–मारे माजघरात त्या कार्ट्याला झोपायला सांगत होता.’

‘अग, पण झालं काय?’

‘काय झालं? बाहेर जाऊन बघा. तुमची चादर, जमखाना, पितळेचा तांब्याभांडं सारं गायब.’

अण्णा खडबडून उठले. बाहेरच्या सोप्यात ते आले. त्यांनी पाहिलं, तर वासंतीनं सांगितलं, ते खरंच होतं.

‘तरी बरं, त्याला माजघरात घेतलं नाही ते. नाहीतर मेल्यानं घरदार लुटून नेलं असतं.’

–आणि एकदम अण्णांच्या चेहऱ्यावर हसू उमटलं.

‘हसायला काय झालं?’

‘तुमचं काही गेलं नाही.’ खिडकीच्या गजाकडे बोट दाखवत ते म्हणाले, ‘ती पाहा तुमची चादर, जमखाना सारं तिथंच आहे.’

‘पण माझा पितळेचा गडवा. तो तरी चोरला ना? माझ्या माहेरचा होता तो. प्रत्येक माणूस तुम्हांला सावच दिसतो.’

–आणि त्याच वेळी नारायण घरात आला. त्याच्या हाती चकचकीत उजळलेला पाण्याचा गडवा, भांडं होतं.

‘पूजेला उशीर होईल, म्हणून तुम्हांला न उठवता मी स्नानाला गेलो. पूजा आटोपून कपडे वाळवून यायला उशीर झाला.’

वासंतीला काही बोलण्याचा धीर नव्हता. ती तशीच आत निघून गेली.

दोन प्रहरी भोजन झाल्यानंतर अण्णा आणि नारायण बोलत बसले होते.

अण्णांनी विचारलं,

‘अरे, स्नानाला जाताना ते बासोडं घेऊन जातोस? काय आहे त्या झोळीत?’

‘माझं धन.’

‘तुझं धन?’

‘हो. वडिलार्जित आलेलं.’

‘आणि एरव्ही असं वाऱ्यावर टाकून जातोस? कुणी चोरलं, तर?’

नारायण हसून म्हणाला,

‘त्याच्या आयुष्याचं कल्याण होईल. बघायचं आहे तुम्हांला माझं धन?’

‘दाखवणार असशील, तर दाखव.’

नारायण उठला. खुंटीला लावलेली झोळी काढली. एक विटत आलेल्या, जीर्ण झालेल्या भगव्या फडक्यात अनेक पोथ्या, धर्मग्रंथ होते. वरच्या ग्रंथावरची फळी काढून आतलं पहिलं पान अण्णांच्या हाती देत नारायण म्हणाला,

'हे हस्ताक्षर माझ्या वडिलांचं आहे. कागद जीर्ण झालेत. त्यामुळे ते जपून वापरावे लागतात. या बासनात सारे वेद, जुने ग्रंथ आहेत.'

नारायण ते पान व्यवस्थित ठेवत असता अण्णा मात्र चकित झाले होते. अण्णांचं शिक्षण जेमतेमच. पुराण-पोथ्या, कथा, सत्यनारायण, सावित्री पूजा, लग्नसोहळे यांपलीकडे अण्णांचं ज्ञान गेलं नव्हतं आणि त्याची कधी गरजही भासली नव्हती. न राहवून त्यांनी विचारलं,

'नारायणा, हे तर सारं संस्कृतमधलं आहे. तुला वाचता येतं?'

'हो! वयाच्या सहाव्या वर्षापासून वडिलांनी वेदपठन शिकवले.'

'मला वाचून दाखवशील?'

'का नाही? नदीवर मी वाचन करीत असतो. उद्या स्नान झालं, की इथंच घरी मी तुम्हांला वाचून दाखवीन. चालेल?'

'हो! तुझं धन नीट बांधून ठेव, बाबा.'

दुसऱ्या दिवशी नारायण स्नान करून आला. दोन पाट मागवून घेतले. एका पाटावर तो बसला आणि दुसऱ्या पाटावर बासन उघडून ठेवलं. गोदाबाई, वासंती कौतुकानं ते पाहत होत्या. नारायणनं काही मंत्र म्हटले आणि तो वेदपठन करू लागला. हे करीत असता तो ती पानं उलटत होता. पण वाचत मात्र नव्हता न राहवून अण्णांनी विचारलं,

'तू वाचत नाहीस?'

'वाचायला कशाला हवं, सारं मुखोद्गत आहे.'

'मग आम्हांलाही काहीतरी रोज ऐकवत जा ना!'

'अण्णा, तुमच्या प्रेमळ सहवासात दोन दिवस सुखाचे गेले. आज प्रस्थान करावं, म्हणतो.'

अण्णांचं मन भारावलं. ते म्हणाले,

'नारायणा, तुला वडील नाहीत. मला मुलगा नाही. तुझ्यासारखाच होता तो, देवानं दिला, तसाच तो नेला. आता तुझ्या अभ्यासात व्यत्यय येणार नाही. सुरेख विठ्ठलमंदिर आहे. तेथे एकान्तही भरपूर असतो. तू तिथं जे काय अध्ययन असेल, ते करीत जा. हे घर मात्र सोडू नको.'

अण्णा बोलले, ते खरं होतं. नारायणाला पारायण करायला भरपूर वेळ

मिळत असे. फावल्या वेळी घरात काय हवं-नको ते गोदाबाई हक्कानं त्याला सांगत. एवढंच नव्हे, तर त्याला आनंदही वाटे. घरातली कामं करताना त्याला कधीच ते काम परकं वाटलं नाही.

एखाद वेळ दोन प्रहरी परसदारी तो गेला, तर गोदाबाई कपडे धुताना त्याला दिसत. तो बळजबरीनं जाऊन ते कपडे काढून घेई. गोदाबाई त्यानं शरमे. ती म्हणे,

'अरे, ही बायकामाणसांची कामं, तू कशाला करतोस?'

'घरची कामं करायला लाज कसली? आणि त्यात आई-वडिलांची? माझी आई आजारी असे, तेव्हा मीच सारं करत असे.'

नारायण घरात आल्यापासून घरचं वातावरण बदललं होतं. घरात टापटीप आली होती. आपली पूजाअर्चा आटोपून उरलेला सारे वेळ नारायण बहुतेक घरातच काढी. अण्णांनी त्याच्यासाठी पोथीचं बासन बांधायला नवं कापड, धोतरजोडी आणली होती. ते बघून नारायण म्हणाला,

'अण्णा, कशासाठी एवढा खर्च केलात?'

'अरे, माझ्या पैशातनं कुठला करतोय्? तुझ्याच पैशातनं केला.'

'माझ्या पैशातून?'

'हो.'

'दर महिन्याला तुझ्यासाठी मी पाच रुपये बाजूला काढून ठेवीत असे. अजूनही तुझे पैसे शिल्लक आहेत. तुला काही लागलं-सावरलं, तर घेत जा.'

महिने उलटले आणि अण्णा नाराज दिसू लागले. अण्णांना सर्दी-खोकला सुरू झाला होता. अधूनमधून ताप येत होता. नारायण तिथल्या डॉक्टरांचं औषध आणून अण्णांना देत असे. त्यांचे हात-पाय चेपत असे. पुराणातल्या कथा सांगत असे. पण अण्णांना फारसा उतार पडत नव्हता. पूर्वीचे थट्टामस्करी करणारे अण्णा आता शांतपणे बसून राहत.

हळूहळू अण्णांना बरं वाटू लागलं. ते घरात हिंडू-फिरू लागले.

देवघराच्या पूजेची जबाबदारी सारी नारायणावर पडली होती. नारायण माजघरातच झोपत होता.

एके दिवशी पहाटे वासंती उठली. तिनं पाहिलं, तो घराचा पुढचा दरवाजा

उघडा होता. नारायणाचा कुठे पत्ताच नव्हता. अजूनही उजाडलं नव्हतं. तिनं अण्णांना उठवलं. ती म्हणाली,

'शेवटी मेल्यानं हात दाखवला ना! घराचा दरवाजा उघडा. कुणाला जागंसुद्धा न करता कार्टं पळून गेलं!'

तिचं लक्ष देवघरातल्या समईकडे गेलं. समई विझली होती.

नारायणाच्या त्या चमत्कारिक वागण्यानं सारे हबकले. कंदील पेटवला गेला.

वासंती देव्हाऱ्याकडे धावली. देव होते तिथेच होते. वासंती सगळी कपाटं उघडून पाहत होती. अण्णा शांतपणे म्हणाले,

'अग, तो चोर असता, तर काही नेलं नसतं का?'

'मग एवढ्या रात्री कुठं उलथला?'

दोन दिवस गेले. पण नारायणाचा कुठं पत्ता नव्हता. जाताना फक्त त्यानं आपलं धोतर आणि पिशवी नेली होती आणि दोन दिवसांनंतर दुपारच्या वेळी अचानक नारायण दाराशी आला.

खाटेवर बसलेले अण्णा ताडकन उठले.

'अहो, पाहिलंत का, कोण आलंय्, ते?'

आतून गोदाबाई, वासंती बाहेर आल्या. नारायणला पाहून चकित झाल्या.

नारायणनं दारातूनच विचारलं,

'मी आत येऊ का?'

'आत येऊ का?' अण्णा उद्‌गारले. 'अरे, तुझ्या काळजीनं घर खायला उठलं.'

नारायण एकदम पुढे धावला आणि अण्णांच्या पायांवर मस्तक ठेवून लहान मुलासारखा गद्‌गदून रडून लागला.

त्याला कसंबसं बळेच उठवत अण्णांनी विचारलं,

'अरे, झालं काय?'

पण नारायणचे अश्रू थांबत नव्हते. तसाच तो पुढे धावला आणि गोदाबाईच्या पायांवर त्यानं मस्तक ठेवलं. त्यानंतर वासंतीच्या पायांवर मस्तक ठेवलं. नारायण काही बोलत नव्हता. त्याच्या तोंडून शब्द उमटत नव्हता.

शेवटी अण्णांनी बळजबरीनं त्याला उठवलं. त्याला जवळ घेत असता तो झटकन बाजूला झाला आणि म्हणाला,

'अण्णा, मला शिवू नका. मी पापी आहे. भ्रष्ट आहे. तुमच्यासारख्या सभ्य माणसाच्या घरात राहण्याची वा बोलण्याची माझी योग्यता नाही.'

'अरे, पण एवढं झालं काय?'

'मी घर सोडून पळून गेलो होतो.'

'पळून गेला होतास?'

'हो, दोन दिवस चालत राहिलो. मिळेल त्या झाडाचा आश्रय घेतला. पण हे घर आणि तुमचे उपकार डोळ्यांसमोरून हलेनात. ज्यांनी माझ्यावर पुत्रवत प्रेम केलं, त्यांचा निरोप न घेता मी जातो, याची खंत मनाला लागून राहिली. काही सुचेनासं झालं आणि शेवटी तुमची क्षमा मागण्यासाठी म्हणून मी परत आलो.'

'पण एवढं घडायला कारण काय झालं, हे तर सांगशील?'

नारायणाला परत हुंदका फुटला. डोळे टिपत तो म्हणाला,

'कोणत्या तोंडानं सांगू? केशवशास्त्र्यांचा मुलगा. वेदाध्ययन केलेला. आजवर कधी खोटं बोललो नाही. कुणाचं काही घेतलं नाही. कुणाला कधी वाईट शब्दसुद्धा उच्चारले नाहीत. दोन दिवसांमागे रात्री झोपलो होतो. मध्यरात्रीला चुकून जाग आली. सर्वत्र अंधार होता. फक्त देव्हाऱ्यात समई तेवढी जळत होती. त्या देव्हाऱ्यातले चांदीचे देव नजरेत भरत होते. येऊ नये तो विचार मनात येऊन गेला. हे सारे देव घेऊन आपण येथून पळून गेलो, तर! मनात विचारांचा कल्लोळ उठला. एक मन सांगे – हे करू नको आणि दुसरं मन म्हणे, नाही केलंस, तर असाच दारिद्र्यात मरशील. शेवटी दुसऱ्या मनानं उचल खाल्ली. हातपाय थरथरत होते. मी देव्हाऱ्याशी गेलो आणि प्रथम गजाननाच्या मूर्तीला हात घातला. तुम्हांला खरं वाटो अगर खोटं वाटो, त्याच वेळी कानांत स्पष्टपणे आवाज घुमला –

' 'नारायणा, चोरीचं धन कधी पचत नसतं– चोरीचं धन कधी पचत नसतं.'

'निश्चितपणे तो आवाज माझ्या वडिलांचा होता. मी भानावर आलो. मूर्ती होती तिथं ठेवली.

'हे एक पापच असतं. मी जीव द्यायचा विचार केला; पण ती ठरते आत्महत्या. धर्मात शुद्धीकरणाला एकच उपाय आहे. प्रायश्चित्त! माझं लक्ष त्या जळत्या समईकडे गेलं आणि मनाचा निर्धार करून मी उजवा हात त्या समईवर ठेवला.'

वासंती, गोदाबाई आणि अण्णा या तिघांच्याही डोळ्यांतून अश्रू ओघळत होते.

नारायण उठला. आता त्याच्या डोळ्यांतले अश्रू आटले होते. त्यानं अण्णांना, गोदाबाईंना नमस्कार केला. थोडा का होईना, पण मनात नारायणाबद्दल दुस्वास बाळगणारी वासंती पार विरघळली होती. तिनं नारायणाला मिठीत घेतलं, ती म्हणाली,

'बाळा, जातोस कुठं आम्हांला सोडून? अरे, हे घर तुझंच आहे. मला मूल, ना बाळ. तूच माझा मुलगा. मला आई मानत असशील, तर माझी शपथ आहे.

यापुढे हे घर सोडून जायचा मनात कधीही विचार आणू नको.'

त्या शब्दांनी नारायण गंभीर झाला.

'आई, शपथ घालू नको, शपथेची काही गरज नाही. एकदा मी शपथ मोडली, त्याचं प्रायश्चित्त आजही भोगतो आहे. असेन मी त्या वेळी दहा-बारा वर्षांचा. आमच्या नारळगावापासून चार-एक मैलांवर कोडेश्वराचं मंदिर आहे. माझे काही मित्र ते पाहायला जाणार होते. मीही त्यांच्याबरोबर जायचं ठरवलं. आई आजारी होती. मी तिला सांगितलं. कधी नव्हे ते आई म्हणाली,

'नको, बाळा, आज जाऊ नको. आज माझं काही खरं दिसत नाही. माझी शपथ आहे तुला.'

'मी जाणार नाही, म्हणून तिला वचन दिलं. जेवणं वगैरे झाली. आईची तब्येत तशी बरी दिसत होती. फक्त मधूनमधून श्वास लागायचा. मन मात्र सारखं कोडेश्वराकडे धाव घेत होतं आणि कुणालाही न सांगता मी कोडेश्वराची वाट धरली. चार मैलांचं तर अंतर. जाऊन यायला कितीसा वेळ लागणार होता? कशीबशी निम्मी वाट चाललो. पण पुढे पावलं उचलेनात. आईची सारखी आठवण येऊ लागली. मित्रांनी माझी थट्टा केली. पण तिकडे लक्ष न देता मी माघारी वळलो. पळत सुटलो. गावात घरासमोर मर्तिकाचं सामान आणून ठेवलं होतं. माझी आई मला सोडून गेली होती. शपथ मोडली होती ना! त्याचं प्रायश्चित्त जन्मभर भोगतो आहे.'

वासंतीनं त्याला जवळ घेतलं.

'बाळा, ती आई गेली, म्हणून काय झालं? देवानं दुसरी आई दिली ना? आता तिची तरी शपथ मोडू नको.'

नारायण वासंतीकडे बघत राहिला. बघता-बघता त्याचे डोळे पाणावले. तो बेभान होऊन पुढे झाला आणि वासंतीच्या मिठीत शिरत म्हणाला,

'आई, तुझी शपथ मी मोडणार नाही.'

अण्णा बघत होते. डोळे भरून आले होते. पण त्याचं भान त्यांना राहिलं नव्हतं. हे सारं ऐकत असता त्यांचं लक्ष नारायणच्या हाताकडं होतं. नारायण बोलताना उजवा हात पाठीशी ठेवत होता. अण्णा पुढे झाले. ते म्हणाले,

'तुझा उजवा हात दाखव.'

'पण–'

'पणबीण काही नाही. उजवा हात दाखव.'

लाजून नारायणने उजवा हात पुढे केला.

तळहातावर टरारून फोड उठले होते.

संतापाने अण्णांनी आपल्या पायांत जोडे चढवले आणि नारायणचा हात धरला.

'पोराच्या मूर्खपणामुळं त्याचा हात पोळलाय् आणि बोलत काय राहिला? मी त्याला डॉक्टरकडे घेऊन जाऊन येतो. नारायणा, मी तुझ्याएवढा ज्ञानी नाही. पण एक सांगून ठेवतो. आत्मक्लेशानं तपश्चर्या पुरी होत नसते. ती मन:शुद्धीनं होते. तू परत आलास, ज्या इच्छेनं आलास, तिथंच तुझं मन शुद्ध झालेलं आहे. चल. आपण डॉक्टरांच्याकडे जाऊन येऊ.'

नारायण परत आल्यापासून त्या घराला परत नवचैतन्य लाभलं. अण्णा, घरातल्या घरात का होईना, हिंडू-फिरू लागले. पण अण्णांच्या चेहऱ्यावरची चिंता नारायणाच्या नजरेतून सुटत नव्हती.

एके दिवशी दोन प्रहरच्या वेळी नारायण अण्णांचे पाय रगडत असता त्यानं धीर करून विचारलं,
'अण्णा, मी काही विचारलं, तर मोकळेपणानं सांगाल?'
'अरे, मी कधी खोटं बोलतो का?'
'मग त्या विठ्ठलाच्या साक्षीनं सांगा. काळजी कसली करता?'
अण्णांनी एकदम नारायणाचा हात हातात घेतला. त्यांच्या डोळ्यांतून अबोल अश्रू निखळले.
'काय झालं, अण्णा?'
'काय सांगू, नारायणा, चार दिवसांवर एकादशी आली. गेली पंचवीस वर्षे मी ती सेवा चुकवली नाही. माझं कीर्तन कधी चुकलं नाही. पण आता या आजारपणात ते हातून होईल, असं वाटत नाही. असो. पांडुरंगाची इच्छा!'
'का होणार नाही? कीर्तन जरूर होईल.'
'कोण करणार?'
'मी आहे ना! वडिलांच्या मागे कीर्तनाला मीच उभा राहत असे. अण्णा, आत्मस्तुती म्हणून सांगत नाही. केशवशास्त्र्यांचा मुलगा म्हणून सांगतो. त्या विठ्ठलाला विटेवर नाचवला नाही, तर केशवशास्त्र्यांचं पुन्हा नाव सांगणार नाही.'
अण्णा आनंदाने उठले. त्यांनी गोदाबाईला हाक मारली. आपल्या खाटेखालची काळी ट्रंक उघडायला लावली. त्यातली पगडी, अंगरखा, धोतर, जोडे हे सारं साहित्य काढायला लावलं.
'नारायणा, तुझ्या वयाचा असताना हेच कपडे करून मी कीर्तन करीत असे. आता पगडी थोडी उसवली आहे. ती वासंतीकडून शिवून घे. हे कपडे स्वच्छ धुऊन, वाळवून इस्त्री करून आण.'
आश्चर्याने गोदाबाईंनी विचारलं,

‘आणि कीर्तन कोण करणार?’

‘हा आपला नारायण.’

गोदाबाई, वासंती दोघीही नारायणाचे कपडे तयार करण्यात गुंतल्या होत्या.

एकादशी दिवशी सायंकाळच्या वेळी विष्णुभटजी आत आले. त्यांचा चेहरा संकटग्रस्त दिसत होता.

‘या, विष्णुबुवा.’

‘या, काय? धर्मसंकट उभं राहिलंय्. अहो अण्णा, पूर्वी सव्वा रुपयात चार कीर्तनकार मिळायचे. आज एक कीर्तनकार मिळायची मारामार. चार गावं फिरून आलो. सारे एंगेज्ड. आरतीवर निभावणं आलं.’

अण्णा हसले.

‘अहो, पांडुरंग कैवारी असता भिता कशाला? आज कीर्तन होणार! नवीन कीर्तनकार आला आहे. तुम्ही तयारीला लागा.’

गोदाबाई आणि वासंती नारायणाला सजवत होत्या. मस्तकीची ती भगवी पगडी, अंगात पांढरा स्वच्छ गुडघ्याखालपर्यंत अंगरखा, धोतर, खांद्यावरचं उपरणं. नारायणचं रूप सजलं आणि गोदाबाईंनी चिपळ्या त्याच्या हाती दिल्या. त्या कीर्तनकाराच्या वेशात नारायण अधिकच देखणा दिसत होता. तो बाहेर आला. अण्णांनी कोट टोपी चढवली होती. नारायणनं आश्चर्यानं विचारलं,

‘अण्णा, तुम्ही येणार?’

‘बुवा, आज पहिल्यांदा तुम्ही कीर्तनाला उभे राहता आहात. त्या वेळी मी असायला नको?’

नारायणानं डोळ्यांतले अश्रू डोळ्यांतच आटवले. तो गोदाबाई, वासंतीच्या पाया पडायला गेला. त्या हसून म्हणाल्या,

‘आम्ही पण येणार आहोत, महाराज!’

सारे घराबाहेर पडले.

नवीन कीर्तनकार आलेल्याची वार्ता गावात केव्हाच पसरली होती. अण्णांना हाताचा आधार देऊन नारायण चालत होता. सारे देवळात आले. दोघांनी जाऊन देवापुढं मस्तक ठेवलं. पुजाऱ्यानं हार आणला. तो अण्णांच्या गळ्यात घालत असता अण्णा म्हणाले,

‘कीर्तनकार मी नाही. हा आहे.’

पुजाऱ्याने नारायणाच्या गळ्यात हार घातला. गळ्यात तंबोरे अडकवले. अण्णांच्या हाताला धरून नारायणाने त्यांना त्यांच्या बैठकीवर बसवलं. त्यांना वंदन केलं. अण्णांनी विचारलं,

‘भीती वाटत नाही?’

नारायण हसला.

'भीती कसली? मागे विठ्ठल आहे. समोर तुम्ही आहात. मागे-पुढे विठ्ठल असता भीती कसली?'

नारायण चौकात जाऊन उभा राहिला. मृदंग, टाळकरी यांनी आपापल्या जागा घेतल्या. नारायणाने पेटीवाल्याला आणि मृदंगवाल्याला आपला सूर सांगितला आणि चिपळ्या घेतलेले दोन्ही हात उंचावून नादमधुर आवाजात नारायणाने साद दिली.

'बोला पुंडलीक वरदा हाऽऽरी विठ्ठल'

पूर्वरंग सुरू झाला. एकनाथांच्या एका अभंगाने नारायण पूर्वरंग मांडत होता. अत्यंत गोड आवाजात, भावपूर्ण भाषेत साथीदारांच्या संगतीत तो पूर्वरंग रंगवीत होता. काळाचं भान कुणालाच राहिलं नव्हतं.

पूर्वरंग संपला आणि उत्तररंगाला सुरुवात झाली. नारायणाने आख्यान लावले होते ज्ञानेश्वराचे.

आधीच ज्ञानेश्वरांचं चरित्र म्हणजे कारुण्यमय. त्यात भावनाविवश होऊन, स्वत:ला विसरून नारायण चिपळ्या वाजवीत विठ्ठल-रुखमाई म्हणत आपल्या भोवती फेर धरून नाचू लागला. सारं मंदिर त्याला साथ देत होतं.

अण्णा उठले आणि भान विसरून त्यांनी नारायणाला मिठी मारली. म्हणाले, 'नारायणा, आज कुळी धन्य केली. साक्षात विठ्ठलाचं दर्शन घडवलंस.'

आरती आली. आरती फिरत होती. आरतीत लोक दक्षणा टाकत होते. नारायणाने तानपुरे उचलून पुजाऱ्यांच्या हाती दिले आणि अण्णांना म्हणाला,

'अण्णा, फार वेळ बसलात. चला, घरी जाऊ या.'

लोकांची झुंबड उडाली होती. सारे नारायणाच्या पाया पडत होते. अण्णांचा हात धरून वाट मोकळी करून घेत नारायण देवळाबाहेर आला. घराच्या दारात तो आला, त्या वेळेला गोदाबाई आणि वासंती आरती घेऊन उभ्या होत्या. त्यांनी नारायणाची दृष्ट काढली. गोदाबाई म्हणाल्या,

'सार्थक केलंस, बाळा! दमला असशील. आत चल. थोडं दूध पी.'

हे बोलत असता आरतीच्या मंद प्रकाशात गोदाबाई नारायणाचा चेहरा बघत होत्या.

पण नारायणाच्या चेहऱ्यावर कुठल्याही प्रकारचे भाव दिसत नव्हते. त्याचा चेहरा उजळला होता. एक वेगळंच समाधान त्याच्या चेहऱ्यावर उठून दिसत होतं.

अण्णांच्या हाताला धरून पायरी चढणाऱ्या त्या नारायणाकडे डोळे भरून बघत होत्या.

◆

३

सूरसिंगार

मेवाड आणि उदेपूर यांच्या सीमेवर एक छोटी जहागीर आहे. चहूंबाजूंच्या खुरट्या झुडपांनी आणि ओसाड मुलखाने व्यापलेल्या त्या भागात रानाची छाया घेऊन डोंगरदऱ्यांनी नटलेला एक भाग अंगठीमध्ये जखडलेच्या हिरव्याकंच पाचूसारखा उठून दिसत असे. त्या जहागिरीचे नाव होते सूरसिंगार. राजा भीमदेवाचा मुलूख म्हणून तो ओळखला जात असे. त्या वनराईमध्ये राणा भीमदेवांची तांबड्या पत्थरांनी सजलेली आणि भक्कम बुरुजांनी नटलेली चतुराई नावाची ती गढी त्या भूभागात ऐश्वर्य समजली जात होती. त्या तटबंदीच्या प्रवेशद्वाराला असलेली कमान खिळेबंद अशा दोन दरवाज्यांनी उभी होती.

त्या गढीच्या आत मूळ पुरुष राजा भीमदेवाचा अनेक सज्जांनी सजलेला भव्य महाल उभा होता. शंभर-सव्वाशे वर्षांपूर्वी तो महाल बांधलेला असूनही, तो नुकताच बांधला आहे, की काय, असं बघणाऱ्याला वाटत होतं. महालाच्या भोवतालच्या जागेमध्ये एके काळी सुंदर बाग असावी, हे त्या जागेत बांधलेले सुबक हौद आणि त्यात निर्जीवपणे उभे असलेले कारंजे साक्ष देत होते.

गढीच्या आत प्रवेश करताच गढीच्या डाव्या हाताला घोड्यांची पागा, बगीखाना आज ओसाड दिसत होता. नाही म्हणायला दोन घोड्यांची जाग त्या पागेमध्ये लागत होती. एके काळी त्या महालात शंभर-सव्वाशे सेवकांचा राबता असावा. महालाच्या प्रवेशद्वाराशी उभे असलेले कोरीव खांब त्या महालाच्या एकेकाळच्या वैभवाची साक्ष देत होते.

चतुराई हे नाव एका दृष्टीने सार्थ होते. त्या चतुराईचे पूर्वीचे जहागीरदार राजा भीमदेव आजूबाजूच्या दाट वनराईला जपत असत. त्यामुळे त्या वनराईमध्ये आजही वाघ, नीलगाय, सांबर, डुक्कर, असे वन्यप्राणी फिरताना दिसत. त्याच मुलखामध्ये चतुराईपासून दीड-एक कोस अंतरावर चतुराईची प्रतिकृती शोभावी, अशी राखी नावाची गढी होती. भीमदेवानंतर गादीवर आलेल्या योगराजांनी ही राखी बांधवली होती. राखीचे मालक चंद्रराज योगराजांचे जरी दिवाण असले,

तरी दोघांचं नातं मैत्रीचं होतं. खुद्द स्वतःवर जेवढा विश्वास नव्हता, तेवढा विश्वास योगराजांचा चंद्रराजावर होता. सारा मुलूख योगराजांना जेवढा मानत होता, तेवढाच चंद्रराजांनाही मानत होता.

योगराजांचा मृत्यू झाला आणि दिवस पालटले. युवराज भोगराज जहागिरीचे मालक बनले. ऐश्वर्यानं नांदणाऱ्या त्या चतुराईला केव्हा ग्रहण लागलं, ते काळालाही समजलं नाही. भोगराज गादीवर आले आणि त्यांची अवकृपा सर्व जुन्या विश्वासू माणसांवर ओढवली. एकेकाळचे योगराजांचे परममित्र खास दिवाण चंद्रराज भोगराजांचे वैरी झाले.

भोगराजांचं नाव ठेवताना त्यांची कुंडलीच बोलत होती, का काय, कुणास ठाऊक. आपल्या कृतीनं त्यांनी नाव सार्थ केलं. भोग-उपभोगांना सीमा राहिल्या नाहीत. दरबारी नवीन आलेले मानकरी त्यांची हौस पुरवीत होते. जुगार, मद्य, मदिरा आणि मीनाक्षी यांच्या सहवासात भोगराज बुडून गेले. सूरसिंगारची जी प्रजा एके काळी योगराजांना दैवत समजत होती, तीच प्रजा भोगराजांचं नाव ऐकताच थरकापू लागली. रात्री-अपरात्री रानातून उठणारे बंदुकींचे आवाज वन्य श्वापदांना भयभीत करू लागले.

बुलंद महाल तसाच उभा होता. पण त्याचं ऐश्वर्य वाढत्या दिवसाबरोबर लोपत होतं. महालाला एक अवकळा येत होती. पण भोगराजाच्या नजरेत गमावलेल्याचा पश्चात्ताप कुठेच दिसत नव्हता.

दसऱ्याचा दिवस. भोगराज स्नान करून, देवदर्शन करून, माडीवरच्या सज्जात उभे होते. महालाच्या भोवतीच्या खुरट्या गवतानं वेढलेल्या मोकळ्या जागेवरून त्यांची नजर फिरत होती.

अस्वस्थ मनानं ते सज्जात उभे असता त्यांच्या पत्नी पद्मावती मागे येऊन केव्हा उभ्या राहिल्या, हे त्यांना कळलं नाही. त्यांच्या खाकरण्याचा आवाज ऐकून भोगराज भानावर आले. पद्मावतींना पाहताच ते हसून म्हणाले,

'राणीसाहेब, आज दसरा.'

'महाराज, तेच विचारायला मी आले होते.'

'आणि तोच विचार आम्ही करीत होतो. कालपर्यंत येणारा जसवंत अजून कसा उगवला नाही? तो आला नाही, तर दसरा साजरा होणार कसा? मुदपाकखान्याची सर्व व्यवस्था झाली आहे ना?'

'जी.'

–आणि भोगराजांची नजर टापांच्या आवाजाबरोबर सज्जाच्या बाहेर गेली.

वेड्यावाकड्या, बेशिस्त वाटणाऱ्या वनराईतून तो काळा घोडेस्वार महालाकडे दौडत येत होता.

महालाजवळ तो घोडा येताच भोगराज उद्गारले,

'जसवंत आला, वाटतं! काळजी मिटली.'

पद्मावती काही न बोलता निघून गेल्या... आणि त्यानंतर काही क्षणांतच जसवंतसिंगाने महालात प्रवेश केला. भोगराजांना मुजरा करून सामोरे हात बांधून तो उभा राहिला.

अधीरतेने भोगराजांनी विचारलं,

'कामगिरी झाली?'

'जी, महाराज!'

कमरेचा कसा काढून महाराजांच्यासमोर ठेवत तो म्हणाला,

'तीन हजार मिळाले.'

'फक्त तीन हजार? रत्नकंकणाची किंमत फक्त तीन हजार?'

'महाराज, उदेपूरला अनेक व्यापारी गाठले. पण दोन हजारांहून अधिक कोणी चढेना. शेवटी नाइलाजानं रत्नकंकण तीन हजारांना गहाण टाकून आलो.'

भोगराज क्षणभर विचारात पडले. दुसऱ्याच क्षणी ते म्हणाले,

'ठीक आहे. तेवढ्यावर निभावेल. साऱ्यांना आमंत्रणं गेली आहेत ना?'

'जी, महाराज.'

'चला.' भोगराज निःश्वास सोडून म्हणाले.

दोनप्रहरी दरबार-सदर सजवली जात होती. उसवलेल्या लोडांच्यावरती चादरी झाकल्या जात होत्या. जीर्ण झालेले गालिचे मध्यभागी पसरले जात होते. खाशी बैठक जुन्या गालिच्यांनी मांडली होती. भोगराजांचा वृद्ध सेवक माखनसिंग छताकडे पाहत होता. भोगराजांचं लक्ष त्याच्याकडे गेलं. त्यांनी विचारलं,

'माखन, काय पाहतोस?'

ज्या दिशेकडे माखन पाहत होता, तिकडे भोगराजांची नजर गेली.

छताचं मध्यभागीचं झुंबर आणि छताला लटकलेल्या रंगीबेरंगी हंड्या, त्यांवरचा धुरळा तसाच होता. त्या हंड्यांतून चिमण्यांनी केलेली घरटी तशीच होती.

भोगराज खिन्नपणे हसले. ते म्हणाले,

'राहू दे, माखन. झुंबर-हंड्या स्वच्छ करायला गेलं, तर मांडलेली बैठक पुन्हा मोडावी लागेल. आजचा दरबार साधाच असेल; आणि संध्याकाळ व्हायच्या

आत आपण मोकळे होऊ.'

दरबार-महालात ही धावपळ चाललेली असतानाच घोड्याच्या टापांचा आवाज आला आणि त्याच वेळी जसवंत ओरडला,

'महाराज, चंद्रसेन ठाकूर येत आहेत.'

भोगराज उद्गारले,

'कोण? चंद्रसेन? आणि आमच्या सूरसिंगारमध्ये?'

'जी!'

पद्मावती गडबडीने आत निघून गेल्या आणि काही क्षणांतच चंद्रसेनांनी आत प्रवेश केला.

चंद्रसेन वयोवृद्ध होते. ताठ मानेनं ते आत प्रवेश करीत होते. मस्तकी किनखापी वस्त्रांनी सजलेली राजपुती पगडी आणि त्यावरचं मोतीपान उठून दिसत होतं. सत्तरीच्या घरात जाऊनही चंद्रसेनांचं रुबाबदार व्यक्तिमत्त्व डोळ्यांत भरत होतं. कपाळी शिवगंध, धारदार नासिका, हनुवटीपर्यंत उतरलेले भरदार कल्ले आणि त्या कल्ल्यांत मिसळलेल्या ओठावरच्या आकडेबाज मिशा त्यांचा अधिकार गाजवत होत्या. गौर वर्णाच्या, उंच शरीरयष्टीच्या, सरदारी पोशाख केलेल्या चंद्रसेनांच्या दुशेल्यात तशीच शानदार तलवार लटकत होती. उणीव होती, ती फक्त मोकळ्या पावलांची. भोगराजांना पाहताच त्यांनी लवून मुजरा केला. पण तिकडे दुर्लक्ष करून संतापलेले भोगराज कडाडले,

'कोण, चंद्रसेन ठाकूर? कोणाच्या परवानगीने तुम्ही आमच्या महालात प्रवेश केलात?'

भोगराजांच्या दृष्टीला आपली भिडलेली नजर थोडीही चळू न देता चंद्रसेन म्हणाले,

'महाराज, बेअदबीची माफी असावी. पण परवानगी घ्यायची कुणाची? आपली ना भुंकणारी कुत्री, ना सेवक, ना पागेत खिंकाळणारी घोडी! आपल्याला वर्दी देणार कोण? दरवाजा मोकळा होता, म्हणून सरळ आत येण्याचं धाडस केलं.'

त्या वाक्याने भोगराजांचा संताप आणखी वाढला. त्यांनी आपल्या कमरेला हात घातला, पण तेथे तलवार नव्हती.

चंद्रसेन हसले. आपल्या कमरेची तलवार काढून ती हाती धरत ते म्हणाले,

'महाराज, गरज असेल, तर ती इथं मौजूद आहे. हिचा वापर आपण करू शकता.'

भोगराज त्या वाक्यानं आणखी उफाळले.

'त्यासाठी तुमच्या तलवारीची गरज नाही. आमच्या एका आज्ञेनं ते काम

आम्ही पुरं करू शकतो.'

'कोण हा जसवंतसिंग?' शांत नजरेनं चंद्रसेनांनी विचारलं.

'चंद्रसेन, कोणापुढे बोलता हे? तुम्ही विसरला असाल, पण आम्ही आमची प्रतिज्ञा विसरलो नाही. थोरल्या महाराजांच्या वेळी आपण दिवाण होतात. महाराज आणि तुम्ही आमच्या मुलुखावर बेसुमार सत्ता गाजवलीत. अनेक वेळा आमचा अपमान केलात. त्याच वेळी आम्ही प्रतिज्ञा करून मोकळे झालो. एक ना एक दिवशी तुमचं शिरकांड करून तुमची राखी गाढवाचे नांगर घालून पाडू, हे विसरलात?'

'कसं विसरेन, महाराज, ते!'

'आणि तरीही या महालात आलात? म्हातारचळ तर लागला नाही ना?' भोगराज खळखळून हसले.

पण तो हसण्याचा आवाज विरण्याआधीच चंद्रसेनांचा शांत गंभीर आवाज उमटला.

'कसं विसरेन ते, महाराज? त्या थोरल्या महाराजांची आठवण काढता कशाला? थोरले महाराज गेले. आपण तरुण वय आणि आपला गैरसमज... यापायी थोरल्या महाराजांच्या अंत्ययात्रेवेळी, त्यांचा दिवाण म्हणवून घेणारा मी; तुम्ही त्या योगराजांना खांदा द्यायचीसुद्धा उसंत नाही दिलीत. जुने मानकरी तुम्हांला नको झाले. कारण नसता आमच्याशी वैर पत्करलंत... आणि आमच्या जागी, जे खुशमस्करे म्हणून समजावेत, असे मानकरी गोळा केलेत.'

चंद्रसेनांच्या प्रत्येक शब्दाबरोबर भोगराजांचा अंगार उसळत होता. ते कुत्सितपणे हसत म्हणाले,

'आपण वडिलधारी माणसं. वयाचा मुलाहिजा म्हणून ऐकून घेतो. कारण ती तुमच्या आयुष्यातली शेवटची संधी आहे. बोला, दिवाणबहाद्दूर, आणखीन काही बोलायचं असेल, ते बोला. तेवढा मान तुमचा आम्ही जरूर राखू!'

'मानसन्मान! राखायचा कुणाचा? कुठे आहे तो मानसन्मान? महाराज, कुठे ते योगराज, की त्यांच्या कारकीर्दीत सारी प्रजा सुखी होती. नुसती प्रजाच नव्हे, तर वन्य श्वापदंसुद्धा निश्चिंत मनानं जगत होती. आपण भोगराज. परमेश्वर नावं ठेवतानासुद्धा त्याची कुंडली पाहून नावं ठेवतो, की काय, कुणास ठाऊक! आपण आपल्या नावानं आपली कारकीर्द सार्थ केलीत. लक्ष्मी येताना सावधपणानं घरात प्रवेश करते. पण जाताना लक्ष पावलांनी जाते, हे तुमच्या ध्यानी कसं आलं नाही?'

'खामोश! चंद्रसेन, यापुढची बकवाज ऐकायला आम्हांला सवड नाही. तुम्ही आल्या पावली निघून जा. नाहीतर...'

'मी मोकळ्या हातांनी जाणार नाही. आपल्या नेण्यासाठी आलो आहे.'

'कुठे?' अभावितपणे भोगराजांनी विचारलं.

'महाराज, आजचा दसऱ्याचा दिवस. हा दसरा साजरा होणार आहे. तो आपल्या सूरसिंगारमध्ये नाही; तो होणार आहे आपल्या राखीमध्ये.'

'राखी! तुमच्या राखी गढीमध्ये?'

'हां, महाराज. त्याचंच आमंत्रण देण्यासाठी मी इथं आलो आहे.'

'त्रिवार अशक्य! आमची प्रतिज्ञा...'

'बस्स, बस्स, महाराज! तीही प्रतिज्ञा पूर्ण केली जाईल. त्याची चिंता महाराजांना नसावी. पण आजचा दरबार राखीमध्येच साजरा होईल.'

'ही विनंती, की आज्ञा?'

'वडिलकीच्या नात्यानं मानली, तर आज्ञा; नाहीतर सेवकाच्या नात्यानं विनंती.'

'आणि ते मानलं नाही, तर–'

'महाराज, आपल्या वेशीपाशी माझे पन्नास घोडेस्वार आणि सजवलेला मेणा तयार आहे. आपल्याला येण्याखेरीज गत्यंतर नाही.'

'आपले कैदी म्हणून?'

'आजवर पुष्कळ गैरसमज करून घेतलेत. हाही करून घ्यायचा झाला, तर तोही गैरसमज करून घ्यावा!'

भोगराज अवाक बनले होते.

भावनाविवश झालेले चंद्रसेन पुढे झाले आणि त्यांनी भोगराजांच्या पायांना स्पर्श केला.

'काय करता हे, चंद्रसेन?'

'महाराज, बालहट्टाइतकाच राजहट्ट असतो. हा राजहट्ट समजा आणि माझ्याबरोबर चला. त्यात माझी आणि आपली इज्जत राखली जाईल. आपण आणि राणीसाहेब दोघांनीही यावं, ही विनंती करतो आहे.'

भोगराजांना, काय बोलावं, हे समजत नव्हतं. त्यांनी वाकलेल्या चंद्रसेनांना उठवलं. त्यांच्या अश्रूंकडे न पाहता ते उद्गारले,

'ठीक आहे. आयुष्यात आम्ही कुणाचीच मुराद पुरी करू शकलो नाही. तुमची नाकारू कशाला? आम्ही पोशाख करून येतो.'

'राणीसाहेबांनाही तीच आज्ञा व्हावी. आम्ही वाट पाहतो.' चंद्रसेन म्हणाले.

काही वेळानं पन्नास घोडेस्वारांचा कबिला राखीच्या दिशेने जाऊ लागला. त्यामागून सजलेला मेणा दासीपरिवारासह जात होता.

राखी महालात पोहोचायला सायंकाळ होत आली होती.

बाहेरच्या खाशा सदरेवर भोगराज प्रवेश करताच सदरेवर उभ्या असलेल्या ठाकुरांनी मुजरे केले.

भोगराज मुजरे स्वीकारत असता त्या मंडळींच्याकडे पाहत होते.

मुजरे करणाऱ्यांच्यामध्ये वयोवृद्ध जुने मानकरी, त्यांची मुले, दरबारी पोशाखात उभी होती.

चंद्रसेनांच्या पाठोपाठ भोगराज आतल्या महालात गेले.

महाल ऐश्वर्यसंपन्न सजवला होता. भरजरी लोडतक्क्यांनी बैठक सजली होती. त्या महालाच्या साऱ्या जमिनीवर रुजाम्याचे कशिद्याने सजलेले गालिचे अंथरलेले होते. समोरच्या बाजूला खाशी बैठक उठून दिसत होती. महालाच्या छतावर रंगीबेरंगी हंड्या-झुंबरं लटकलेली होती. अजून उजेड असूनही त्या हंड्या-झुंबरांतून जळणाऱ्या मेणबत्त्यांनी झुंबरे लक्ष वेधून घेत होती.

दरवाज्यातच थबकलेले भोगराज ते वैभव पाहत होते.

महालामध्ये कनोजी धूपाचा मंद सुवास दरवळत होता.

तो ऐश्वर्यसंपन्न महाल पाहून भोगराजांचं मन अधिकच अस्वस्थ झालं होतं.

चंद्रसेनांनी उजवा हात पुढे केला आणि खाशा बैठकीकडे नजर टाकीत ते म्हणाले,

'महाराज, चलावं.'

नकळत भोगराजांचा डावा हात चंद्रसेनांच्या उजव्या हातावर पडला आणि मंद पावले टाकीत मंत्रमुग्ध बाहुलीप्रमाणे ते खाशा बैठकीकडे जाऊ लागले.

भोगराज खाशा बैठकीवर वीरासन घालून बसताच बैठकीच्या पाठीमागे असलेल्या चिकाच्या पडद्याआड सळसळ झाली. दासींच्या पायींचे नूपुरांचे आवाज उमटले आणि पद्मावती देवी आल्याची जाणीव भोगराजांना झाली.

मानकरी अदबीनं आत येत होते. भोगराजांना परत मुजरे करून आसनस्थ होत होते.

चंद्रसेन म्हणाले,

'महाराज, दरबार सुरू करण्याची आज्ञा व्हावी.'

त्याही अवस्थेत भोगराज खिन्नपणे हसले. म्हणाले,

'दरबार आमचा कुठला? दरबार तुमचा.'

'नाही, महाराज, या सेवकानं पायरी कधीही चुकवली नाही. आज आपल्या उभयतांच्या पदस्पर्शानं ही राखी धन्य झाली. हा दरबार आपला आहे. आज्ञा करावी.'

'ठीक आहे, आपली इच्छा. दरबार सुरू करा.'

चंद्रसेनांनी टाळी वाजवली आणि मखमली आच्छादन असलेले तबक घेतलेला सेवक पुढे झाला. शांतपणानं चंद्रसेनांनी आच्छादन दूर केलं.

त्यामध्ये तबकावर विराजमान झालेली एक नामांकित तलवार नजरेत येत होती. सोन्याच्या मुठीने सजलेल्या त्या तलवारीच्या म्यानावर अनेक रत्ने जडवलेली होती.

चंद्रसेनांनी ती तलवार उचलून आपल्या मस्तकी लावली आणि भोगराजांच्या हाती दिली.

त्या तलवारीकडे पाहत असता चकित होऊन भोगराजांनी विचारलं,

'हे काय?'

खिन्नपणाने हसत चंद्रसेन म्हणाले,

'ओळखलं नाहीत आपण? ही आपल्या पिताजींची तलवार–राजलक्ष्मी. ही मानाची तलवार असल्यामुळे आपल्या हाती दिली नाही. पायी सुपूर्द केली असती. तसदीची माफी असावी. आपण क्षणभर उभं राहावं.'

भोगराज उभे राहिले आणि काय होतंय्, हे लक्षात यायच्या आत भोगराजांच्या दुशेल्यात खोवलेली तलवार चंद्रसेनांनी काढून घेतली.

त्या कृतीनं भोगराजच नव्हे, तर सारा दरबार थरारला. पण क्षणभरच.

चंद्रसेनांच्या ओठांवरचं स्मित एवढंही ढळलं नव्हतं. त्यांनी शांतपणे भोगराजांच्या हातीची तलवार आपल्या हाती घेतली आणि ती भोगराजांच्या दुशेल्यात खोवली. भोगराजांना ते नम्रतेनं म्हणाले,

'बसावं, महाराज.'

–आणि चंद्रसेनांच्या इशारतीबरोबर खाशा बैठकीच्या शेजारी रुपयांनी भरलेली चांदीची तबके घेऊन सेवक उभे राहिले.

दरबार सुरू झाला.

एक एक मानकरी येऊन भोगराजांना सोनं देत होता. सेवकांनी पुढे केलेल्या तबकातले रुपये भोगराज प्रत्येकाच्या पदरी टाकत होते.

दरबार संपला.

केळीच्या पानावर सजलेली पंगत सरली. सारे मानकरी मानाचे विडे घेऊन निघून गेले. आता त्या महालामध्ये काही मोजके सेवक, दासी, भोगराज, राणी पद्मावती आणि चंद्रसेन एवढेच उरले होते.

चंद्रसेनांची आज्ञा झाली,

'दरवाजे बंद करा.'

महालाचे दरवाजे बंद झाले.

एक अनामिक भीती भोगराजांच्या मनातून सळसळून गेली आणि त्याच वेळी चंद्रसेनांचा आवाज उमटला,

'महाराज, दरबार संपलेला आहे. कृपा करून आपण आसनावरून खाली यावं.'

त्या आवाजात एक जरब होती. लपलेली आज्ञा होती.

चूपचापपणे भोगराज आसनाखाली उतरले.

चंद्रसेनांचं रूप पालटलं होतं.

किनखापी लोड-तक्क्यांनी सजलेल्या बैठकीतील वस्तू ते चारी बाजूला उधळत होते. त्यावर असलेला जरीचा गालिचा त्यांनी पायपोसासारखा फेकून दिला. चिकाआडून बघणारी पद्मावती भयभीत होऊन बेभान होऊन चिकाच्या पडद्याबाहेर आली. त्याचंही भान चंद्रसेनांना नव्हतं. भोगराज विस्फारित नजरेने पाहत होते. त्या रिकाम्या झालेल्या बैठकीवरच्या चंदनी आसनाला चंद्रसेनांनी हात घातला आणि ते आसन आवाज करीत बाजूला कलंडलं.

वृद्धापकाळामुळं ह्या म्हाताऱ्याचं मस्तक तर फिरलं नाही ना, अशी भीती भोगराजांच्या मनात तरळून गेली.

–आणि त्याच वेळी त्या आसनाखाली असलेल्या लाकडी दरवाज्याकडे त्यांची नजर खिळली.

त्या दरवाज्याला भक्कम फिरकीचं जाडजूड कुलूप होतं. आपल्या दुशेल्यात खोवलेली किल्ली काढून चंद्रसेन ते कुलूप उघडत होते. ते उघडताना होणारे प्रयास त्यांच्या कपाळावरचे घर्मबिंदू साक्ष देत होते.

कुलूप उघडलं गेलं. आधी आज्ञा केल्याप्रमाणे सेवकाने पोलादी कांबी आणली. त्या भक्कम दरवाज्याला असलेला कडीकोयंडा उघडला गेला आणि चंद्रसेनांनी आज्ञा केली,

'मशाली आणा.'

सेवक तत्परतेने मशाली घेऊन आले.

तो दरवाजा उघडला गेला. मशालदार त्या दरवाज्याखाली असलेल्या तळघरात उतरू लागले.

चंद्रसेनांनी भोगराजांना विनंती केली,

'महाराज, चलावं.'

ते तळघर, आत गेलेले मशालजी पाहून भोगराजांनी विचारलं,

'काही घातपात करण्याचा तर विचार नाही ना?'

चंद्रसेन मोठ्यानं हसले. म्हणाले,

'महाराज, आपली ठाकुरांची जात. या जातीनं आजवर रणांगणात वैर पत्करलं.' आणि पद्मावती देवींच्याकडे पाहत म्हणाले, 'आणि आमच्या देवींनी आनंदानं जोहार पत्करला. त्याच ठाकुरांचे आम्ही वंशज. घरी बोलवून घेतलेल्या मेहमानांना तळघरात नेऊन घातपात करण्याची आमची आदत नाही. आपण चलावं.'

चंद्रसेन पुढे झाले.

तळघर कोंदट असलं, तरी स्वच्छ होतं. मंत्रमुग्ध झालेले भोगराज पद्मावतींच्यासह चंद्रसेनांच्या पाठीमागून पायऱ्या उतरत होते. मशालींच्या उजेडात ते बंदिस्त तळघर प्रकाशमान झालं होतं. तळघरात ओळीनं लावलेल्या संदुका नजरेत येत होत्या. चंद्रसेनांनी पहिली संदूक उघडली.

तीमध्ये रौप्य अत्तरदाण्या, फुलदाण्या भरलेल्या होत्या.

दुसरी संदूक उघडली गेली. ती सोन्याच्या अलंकारांनी भरली होती.

तिसऱ्या संदुकीत रत्नजडित दाग-दागिने होते.

विस्फारित नेत्रांनी भोगराज ते पाहत होते.

क्षणात त्यांचा संताप उफाळला. त्या तळघरात त्यांचा आवाज घुमला,

'चंद्रसेन ठाकूर! आपल्या ऐश्वर्याचं प्रदर्शन करण्यासाठी का आपण आम्हांला इथं आणलंत? असल्या ऐश्वर्याला आम्ही केव्हाच भुललो नाही आणि भुलणारही नाही.'

'तेच तर दुर्दैव आहे, महाराज. जे खरं ऐश्वर्य, त्याला तुम्ही भुलला नाहीत. आणि बेगडी ऐश्वर्य भोगत राहिलात. हे ऐश्वर्य काहीच नाही, महाराज. खरं ऐश्वर्य अजून बघायचं आहे.'

चंद्रसेन गुडघ्यांवर बसले. त्यांच्यासमोर एका हस्तिदंती बैठकीवरती एक सुबक मखमली वस्तू होती. त्या वस्तूचं झाकण थरथरत्या हातांनी त्यांनी उघडलं.

त्या पेटीत गुलाबी जरीकाम केलेल्या दोन पेट्या होत्या. त्यांतली एक पेटी त्यांनी उघडली.

मशालीच्या उजेडात देखील त्या पेटीतल्या दागिन्यांचा प्रकाश उजळला. त्या पेटीत अस्सल हिऱ्यांत जडवलेली आपल्या तांबड्या वर्णानं सजलेली नाजूक, पण तेवढीच भारदार नथ होती. थरथरत्या हातांनी ती पेटी पद्मावतींच्या समोर धरत ते म्हणाले,

'देवी, ही आपल्या घराण्याची अस्सल नथ. जिची किंमत लक्ष मोलानं करावी. ती नथ मुंबईच्या एका जवाहिऱ्याकडे फक्त एक लाख रुपयांसाठी गहाण पडलेली मी ऐकलं. तुम्ही मला मुलीसारख्या. आज ही घराण्याची प्रतिष्ठा तुम्ही

जतन करा.'

–आणि भोगराजांच्याकडे वळून ते म्हणाले,

'महाराज, आपला शिरपाव उतरून माझ्या हाती द्या.'

'शिरपाव उतरून मागण्याइतका अपमान तो कुठला!' भोगराज उसळले, 'आम्हांला या ठिकाणी थांबण्याची इच्छा नाही.'

'गैरसमज होतो, महाराज. थोडं शांत व्हा. कुणाही ठाकुरांच्या मस्तकीचा शिरपाव उतरा म्हणण्याइतका दुसरा अपमान नाही, हे मला माहीत आहे. म्हणून तर आपणांकडे तो मागितला. महाराज, कृपा करून तो शिरपाव माझ्या हाती द्या. तो मला उतरायला लावू नका.'

चंद्रसेनांच्या आवाजात एवढी जरब होती, त्या आवाजाला उत्तर देण्याचं बळ भोगराजांच्या ठायी राहिलं नव्हतं.

हिऱ्यांचा शिरपेच लावलेली आपली राजस्थानी पगडी त्यांनी काढली आणि ती चंद्रसेनांनी हाती घेतली. त्यातला शिरपेच उपसून त्यांनी भिरकावून दिला.

नकळत भोगराजांचा हात तलवारीच्या मुठीवर गेला. चंद्रसेन हसून म्हणाले, 'थांबता का! ती म्यानाबाहेर पडू दे. त्या तलवारीनं या म्हाताऱ्याचं मस्तक उडालं, तर या म्हाताऱ्याच्या जीवनाचं सार्थकच झालं, असं समजेन.'

चंद्रसेनांनी दुसरी पेटी उघडली.

त्या पेटीत एक शिरपेच झगमगत होता. चंद्रसेनांनी फेकलेल्या शिरपेचापेक्षाही तेजस्वी असा तो शिरपेच दिसत होता. तो शिरपेच भोगराजांच्या शाही पगडीला लावून अश्रूपूर्ण नजरेनं ती पगडी भोगराजांच्या मस्तकावर ठेवली.

'मग आमचा शिरपेच का फेकलात?'

'महाराज, तो तुमचा नव्हता, म्हणून!'

'म्हणजे?'

'लाख मोलाचा शिरपेच बेगडी ऐश्वर्यापायी दीपचंद जव्हेरींच्या दुकानात गहाण टाकलात! ते समजलं, तेव्हा काळजाला घरे पडले... आणि थोरल्या महाराजांनी दिलेलं एक वतन विकून त्या शिरपेचाची त्याच मुंबईत प्रतिकृती करून आपल्या सेवकाकरवी पाठवून दिली.'

भोगराज पुरे शरमिंदे झाले होते. त्यांनी विचारलं,

'कशासाठी हे केलंत?'

'खुळा म्हणून! वेडा म्हणून!! माणसानं प्रेम का करावं? निष्ठा का बाळगावी, याला काही उत्तर असतं का, महाराज? ज्या हवेलीत आज दरबार साजरा झाला, त्या हवेलीचं नाव राखी कुणी ठेवलं? आम्ही नाही ते ठेवलं. ते ठेवलं थोरल्या महाराजांनी. त्या योगराजांनी. त्यांच्या हट्टापायी ही हवेली पूर्ण झाली. आणि

राखी पौर्णिमेला प्रथम प्रवेश महाराजांनी या राखीमध्ये केला. आणि नसतं बंधन जखडून ते मोकळे झाले.'

'कसलं बंधन?'

'थोरले महाराज आले. आणि आमच्या स्वर्गस्थ पत्नीनी त्यांच्या हाती राखी बांधली. आणि एक नातं ते जोडून गेले. योगराज हा तेजस्वी सूर्य ढासळला. मग या चंद्रराजाला विचारतो कोण? सूर्य तळपत होता, तोवरच या चंद्राला किंमत होती. पण चंद्राचं सुद्धा एक कर्तव्य असतं. सूर्य अस्ताचलाला गेला, तरी त्यानं दिलेली तेजस्वी किरणांची आठवण चंद्र कधी विसरू शकत नाही. आपल्या कोमल किरणांनी का होईना, ते प्रकाशमान होऊ पाहतो. योगराज गेले; आणि आपण भोगराज आलात. आपल्या संपत्तीची दालने बाजारात विखुरली गेली. आमच्या राणीसाहेबांची सोबत होती, ती गेली आणि आमच्या आयुष्यातला आनंद सरून गेला आणि आपल्या छंदापायी सूरसिंगारची बाजारी मांडलेली दौलत खरीदण्याचा छंद मला लागला. जेवढी हाती लागली, तेवढी मी गोळा करू शकलो. आज दसऱ्याच्या दिवशी ती आपल्या चरणी ठेवत आहे. खऱ्या अर्थानं त्या सूरसिंगारला त्याचा लाभ देता आला, तर तो तुम्ही द्यावा.'

भारावलेल्या भोगराजांना काही बोलवत नव्हतं. ते एकदम चंद्रसेनांच्या समोर वाकले. ते काय करणार आहेत, हे जाणताच त्यांना उठवत चंद्रसेन म्हणाले,

'हां, महाराज, आपल्या मस्तकी सूरसिंगारचा शिरपेच आहे. कमरेला तरवार आहे आणि राणीसाहेबांच्या हाती घराण्याची नथ आहे. अशा प्रसंगी तुम्ही दुसऱ्यापुढं झुकायचं नसतं. त्याचं भान राखा. हे सारं सूरसिंगारमध्ये घेऊन चला.'

'आणि आपण?'

'आता वय झालं, महाराज. सत्तरी केव्हाच ओलांडली. आता ह्या पिकल्या केसांची भीती कशाला? जाताना आमच्या राणीसाहेबांच्या गळ्यात मंगळसूत्राखेरीज दागिना नव्हता आणि आम्ही सूरसिंगारचे दिवाण म्हणून सोन्याचा तोडा घालून मिरवत असू. तो तोडाही आज राहिला नाही. राहिली, ती ही बुलंद राखी. केलेली प्रतिज्ञा ठाकूर कधी मोडत नाही, असं ऐकतो. आपल्या कमरेला तलवार आहे. तटावरच्या बुरुजावर तोफा माचल्या आहेत. गाढवाचे नांगर सज्ज ठेवलेले आहेत. केव्हाही त्याचा उपयोग करा. आम्ही आता द्वारकेला जाणार आहेत–'

'द्वारकेला? आम्ही आपली क्षमा मागितली, तर–'

'क्षमा! राजपुतांनी कधी मानले का? आम्ही आनंदानं जात आहोत. ते एकाकी आयुष्य कुठंतरी ईश्वरचरणी घालवावं, असं वाटतं. त्यासाठी आम्ही

द्वारकेला कोठी घेतली आहे. या साऱ्या संदुका उद्या सूर्योदयापूर्वी सूरसिंगारमध्ये पोहोचवल्या जातील. त्याची मोजदाद करून घ्या. शक्य झालं, तर चांगल्या अधिकारी माणसांची निवड करा. सूरसिंगारला पूर्वीचं वैभव लाभायला फारसा वेळ लागणार नाही.'

–आणि दुसरे दिवशी सूर्योदयाला चंद्रसेनांची पागा सर्व संदुका सुरक्षितपणे घेऊन सूरसिंगारला आली.

भोगराजांनी अधीरतेने विचारलं,

'आणि ठाकूरजी–'

'ते पहाटेच आपल्या सेवकांसह द्वारकेला निघून गेले.'

✦

४

मोकळं आकाश

सकाळी दहाच्या सुमारास एक फियाट गाडी भरधाव वेगानं मंगेशी जवळ करीत होती. दुतर्फा असलेली गर्द झाडी बघत मागील बाजूस अभिजित बसला होता. गोरापान, किरकोळ बांध्याचा, पस्तिशीतला अभिजित बाहेरचा रम्य निसर्ग आपल्या नजरेत साठवत होता. ड्रायव्हर नारायण गाडी चालवीत होता. म्हार्दोळ महालक्ष्मीचं देऊळ मागे पडलं. अभिजितनं अभावितपणे नमस्कार केला. मंगेशीचं आवार लागलं. मंगेशीची कमान दृष्टिपथात आली. अभिजितनं हात जोडले. मंगेशीच्या बाजूच्या रस्त्यानं वळसा घेऊन गाडी एका छोट्या बंगलीसमोर थांबली. नारायण गाडीचा दरवाजा उघडून बाहेर आला. अभिजित म्हणाला,

'नारायण, लीलाईला सांग, मी आलोय्, म्हणून.'

'जी...' म्हणत नारायण वळला.

लीलावती भावीण होती. अभिजितच्या वडिलांनी ही बंगली बांधली. या बंगलीची देखभाल लीलावतीकडे सोपवण्यात आली होती. वडिलांच्याबरोबर अभिजित यायचा. आईविना पोरक्या अभिजितला लीलाईनं लळा लावला. आईची माया लीलावतीनं त्याला दिली होती. लीलाई म्हणूनच अभिजित तिला हाक मारायचा. वडिलांच्या मृत्यूनंतर अभिजित वर्षातून चार-दोन वेळा तरी इथं मुक्काम करायचा. या जागेची एक विलक्षण ओढ त्याला होती.

नारायणच्या मागून आलेली लीलावती अभिजितकडे बघून हसत म्हणाली,

'केव्हा आलास?'

'आत्ताच. लीलाई, बरी आहेस ना?'

'आहे ना!'

लीलावतीनं दार उघडलं. पन्नाशी ओलांडलेल्या, पांढरे केस झालेल्या लीलावतीनं अभिजितचं स्वागत केलं.

'आधी कळवलं असतंस, तर सारी व्यवस्था झाली असती.'

'व्यवस्था कसली? सारं घरदार साफ आहे. काही अडचण भासणार नाही

आणि अबोली कुठं आहे?'

'देवळाकडे गेलीय्.'

—आणि त्याच वेळेला अबोली धावत तेथे आली. तिनं अबोलीचा गजरा आणला होता. तो तिनं अभिजितच्या हातात दिला. अभिजित हसून म्हणाला,

'अबोली, ही अबोलीच असते बघ. हिला रंग असतो, रूप असते, पण गंध नसतो.'

अबोली हसली. म्हणाली,

'थांबा...' आणि एवढं बोलून ती धावत सुटली.

'पाहिलंस?' लीलावती तिकडे बघत म्हणाली. 'ही पोर अशीच अल्लड आहे. तिचं काय होणार, कोण जाणे!'

'काही होणार नाही. अजाण आहे. सुखानं वाढेल. तिच्या आयुष्याचं भलंच होईल.'

तोवर अबोली परत धावत आली. तिच्या हातात सुरंगीचा गजरा होता. ती म्हणाली,

'अरे, यायचं होतं, तर आधी कळवायचं होतं! एवढा शिकला सवरलास आणि–'

लीलावती कडाडली,

'बयोऽ, कुणाला बोलतेस हे? अगो, ते काय साधे आहेत? बॅलिस्टर आहेत.'

'असेल की!' अबोली म्हणाली, 'बॅलिस्टर असला, तर आपल्या घरात.' अबोली खळखळून हसत म्हणाली. 'किती केलं, तरी आमचं भावा-बहिणीचं नातं. तो झाला असेल मोठा, मला काय त्याचं?'

लीलावती वैतागाने म्हणाली,

'तुझ्या तोंडाला कोण लागणार?'

अभिजित मोकळेपणाने हसला. म्हणाला,

'लीलाई, तू कशाला वैतागतेस. मला राग आला, तर थप्पड द्यायला मी समर्थ आहे.'

'तू थप्पड देणार आणि ती घेणार!' लीलावती म्हणाली. तिचा वैताग कोठच्या कोठे गेला होता. नकळत तिच्या चेहऱ्यावर हसू फुटलं. पण ते न दाखवता ती तशीच बाहेर पडली.

लीलावती निघून गेली आणि अबोलीनं अभिजितच्या बुटाचे बंद सोडले. बूट-मोजे काढले. म्हणाली,

'बारा वाजायला आलेत. जेवणाचा काही विचार आहे ना?'

'त्याची चिंता नको. वासूच्या खानावळीतून डबे मागवीन.'

अबोलीनं अभिजितकडे रोखून पाहिलं.

'काही वाटत नाही? म्हणे, डबे मागवीन! आईनं तयारी केली असेल. अंघोळ आटोपून घे आणि जेवायला तिकडे ये. का इकडं पाठवू?'

'नको. मी येईन तिकडे.'

प्रवासानं अभिजितचं सारं अंग घामेजलं होतं. अबोली जाताच तो तडक बाथरूमकडे वळला. गार पाण्यानं त्यानं मनसोक्त अंघोळ केली आणि कपडे करून बाहेर आला. सोप्यातल्या खुर्चीवर तो विसावणार, तोच अबोली परत आली. अभिजितकडे बघत ती म्हणाली,

'जेवायची शुद्ध आहे ना?'

अभिजित हसला. म्हणाला,

'अग, मला थोडा वेळ देशील का नाही?'

अबोली म्हणाली,

'समजलं.'

तिनं कपाटातनं फेणीची बाटली काढली. कोपऱ्यात ठेवलेल्या दोन सोड्याच्या बाटल्या घेतल्या. अभिजितच्या समोरच्या टेबलावर सारं ठेवत म्हणाली,

'हे घ्या.'

आश्चर्यानं अभिजितनं विचारलं,

'हे केव्हा केलंस?'

'आत्ताच. तुमचं आवरलं, म्हणजे सांगा. काही हवं असलं, तर नारायणाला सांगा. तो करील सारं. मी जाते.'

–आणि एवढं बोलून अबोली निघून गेली.

अभिजितला फेणी आवडायची. फेणीचे घोट घेत अभिजित बसला.

दोन पेगनंतर त्याला घ्यावंसं वाटलं नाही. त्यानं नारायणाला सांगितलं,

'नारायण, वाढायला सांग.'

नारायण गेला.

अभिजित तसाच बसून होता. समोरच्या जाळीच्या खिडकीतून तो बाहेर बघत होता. तेथून शाळा दिसत होती. शाळेसमोर मुलं खेळत होती.

वास्तविक पाहता अभिजितचा आणि गोव्याचा तसा फारसा संबंध नव्हता. अभिजितचे आजोबा गोव्याला राहायचे. पण वडिलांनी मुंबई गाठली होती. अभिजितचे मामा गोव्याला असायचे. वडिलांच्या बरोबर अभिजित गोव्याला यायचा. चार-आठ दिवस इथं असायचा. छोट्या अबोलीच्या संगती खेळायचा. लीलावतीनं त्याला लळा लावला होता. पोरकेपण त्याला विसरायला लावलं होतं.

वडील अचानक गेले आणि अभिजितचे सारे नातेवाईक गोळा झाले. वडिलांची गडगंज संपत्ती त्याला मिळाली होती. नातेवाइकांनी अभिजितचं लग्न ठरवलं. एका कुलवंत मुलीशी अभिजितचं लग्न ठरविण्यात आलं. लग्न झालं, तरी अभिजितनं आपलं शिक्षण सोडलं नाही. संसारापेक्षा शिक्षणाकडे त्याची ओढ होती–

अभिजित हसला.

पुरुषाच्या जीवनात हे सारे सोपस्कार करावेच लागतात का?
किती माणसांचे संसार सुखी झालेत?
सुख!
आणि दु:ख
यांतलं अंतर केवढं प्रचंड!
मानलं, तर सुख. नाहीतर दु:ख.
बाकी ह्या दोन्ही भावना खोट्याच, नाही का?
एखादं जवळचं माणूस हरवलं की, आक्रोश उठतो. माणसं रडतात.
हे का निव्वळ दु:खापायी होतं?
त्यांना का माहीत नसतं? गेलेला जीव परत येणार नाही, म्हणून!
आणि त्या शोकातही कुठंतरी एक समाधान लपलेलं असतं.
सुखाचीही तीच गोष्ट आहे.
–नाहीतर एवढं ऐश्वर्यसंपन्न जीवन जगत असता मन का कंटाळलं असतं?
–आणि मनाला रिझवण्यासाठी गोव्याला यावं लागलं असतं.

अभिजित भानावर आला. दारावर थाप वाजत होती.
नारायण समोर उभा होता.
'आईसाहेबांनी बोलावलंय्.'
आईसाहेब!
एक भाविणीला हा नारायण आईसाहेब म्हणतो. तो जिव्हाळा देण्याचं सामर्थ्य जर आईमध्ये असेल, तर मग मी तिला आई म्हणतो, त्यात नवल ते काय?
अभिजित उठला. त्यानं केसांवरून कंगवा फिरवला आणि तो नारायणाला म्हणाला,
'चल, नारायण. तू आमच्याबरोबरच जेव.'
अभिजित लीलाईच्या घरी आला.

अबोली दारात उभी होती, तिच्या पाठोपाठ अभिजित आत आला.

लीलावतीनं विचारलं,

'नारायण कुठे आहे?'

अभिजित म्हणाला,

'तो भलता लाजाळू आहे. त्याचं ताट तिकडंच पाठवा.' अभिजित मांडलेल्या एकच ताटाकडे बघत म्हणाला, 'आणि हे काय? मी एकटाच जेवणार?'

'बाबा, रे! तुला वाढणार कोण?'

'मला एकट्यानं जेवावंसं वाटत नाही.' अबोलीकडे बघत तो म्हणाला.

लीलावती म्हणाली,

'अबोली, बालहट्ट पुरवायला पाहिजे. तू बैस त्याच्याबरोबर. मी वाढते.'

दुसरं ताट मांडलं गेलं.

अबोली मनातून मोहरली होती.

ताटात माशाचं कालवण. तळलेला मासा, आमसुलाची कढी हे सारे पदार्थ होते. अभिजित जेवत होता. आग्रह करून लीलावती वाढत होती.

अभिजित म्हणाला,

'आई, एवढं सुरेख जेवण मी कैक दिवसांत जेवलो नाही.'

लीलावती म्हणाली,

'बाळ, काय बोलतोस हे? हा उकडा भात, ही सोलकढी, हे इथलं गरिबाघरचं जेवण. तू श्रीमंतीत वाढलेला. तुला कसली कमतरता?'

'आई, श्रीमंतीत कधी भूक भागत नसते. त्याला जिव्हाळा आणि प्रेमाचीच चव हवी असते. मग कोरडा भातसुद्धा पक्वान्नापेक्षा चांगला लागतो.'

'असं कसं बोलतोस! तुझी बायको सुगरण असेल.'

'हं! सुगरण! घरात बटलर आहे. नोकरचाकर आहेत. तुझी सून लक्षाधीशाची मुलगी. मलाही पैशाची कमतरता नाही. पण पैशाचं ऐश्वर्य जीवनात फार अपुरं असतं, हे मला आता कळलं. आणि म्हणून तर मी ते सारं विसरण्यासाठी गोवा गाठतो.'

'मग तुझी बायको करते ती काय?'

'नव्या भाषेत सांगायचं, तर ती अल्ट्रा मॉडर्न आहे. सकाळी उशिरा उठते. त्या वेळी माझी ऑफिसला जायची वेळ झालेली असते. बटलरनं केलेले चार तुकडे खाऊन मी कोर्टात जातो. सायंकाळी घरी येतो, तेव्हा वैजयंती – म्हणजे माझी पत्नी, तिचा घरात पाय नसतो. तिची स्वतंत्र गाडी आहे. तिच्या पार्ट्या असतात. बहुतेक वेळेला—का नेहमी मी एकटाच असतो. नशिबानं पलंग विस्तृत आहे. झोपेच्या आहारी गेलं असताना ती आली केव्हा, हे कळतही नाही. आता

या जीवनाचा सराव झाला आहे.'

'मग तिला सांगत का नाहीस? समजावून सांग तिला.'

'आई, या जगात समजून घेणारी माणसं फार कमी असतात. काही सांगायला गेलं, तर संपत्तीचा मद आणि ऐश्वर्य यांत ती दंग असते. जाऊ दे. सोनं जरी झालं, तरी ते केव्हा ना केव्हा वितळावं लागतं आणि त्याचा सुरेख दागिना तयार करावा लागतो. दागिना घालणाऱ्याला माहीत नसतं की, ती शोभा खोटी आहे. त्यासाठी एक अस्सल सोनं वितळावं लागलं आहे.'

हे ऐकत असता अबोलीचा घास घशात अडकला. भानावर येऊन अभिजित म्हणाला,

'आई, थोडी सोलकढी दे.'

लीलावतीनं त्याला सोलकढी दिली आणि हात धुण्यासाठी तपेलं आणि पाण्याचा तांब्या त्याच्या समोर ठेवला. त्याकडे पाहत अभिजित म्हणाला,

'आई, ही मुंबई नाही. सतरंजीवर बसून जेवलो. तिथं भांड्यात हात धुऊ? मी मोरीत जाईन.'

अभिजित उठला. मोरीत जाऊन त्यानं हात धुतले आणि तो परत आला.

अबोली पुढे झाली. तिनं आपला पदर पुढं केला. काही संकोच न बाळगता अभिजितनं तिच्या पदराला हात पुसले. म्हणाला,

'आई, येतो मी. रात्रीचा बेत असाच असू दे.'

–आणि अभिजित बाहेर पडला.

अभिजितला झोप येत नव्हती. त्यानं घड्याळात पाहिलं. तीन वाजले होते. त्यानं नारायणला हाक मारली. नारायण येताच त्यानं सांगितलं,

'नारायण, गाडी तयार ठेव. मी एवढ्यात येतो.'

अभिजितनं कपडे केले आणि सरळ तो लीलावतीच्या घरी आला. लीलावतीला म्हणाला,

'लीलाई, लौकर तयार हो.'

'काय म्हणतोस?'

'आता आपण पणजीला जाऊन येऊ.'

'तुम्हां श्रीमंतांची लहर केव्हा फिरेल, ते सांगता येत नाही. पण, बाळा, मला येता येणार नाही. देवळाची कामं आहेत. तू अबोलीला घेऊन जा.'

त्या शब्दांनी अभिजित हिरमुसला झाला.

लीलावती म्हणाली,

'असा हिरमुसला होऊ नको. देवाच्या सेवेत मी कधी खंड पडू दिला नाही.

जोवर हातपाय घट्ट आहेत, तोवर मी सेवा चुकवणार नाही...' आणि अबोलीकडे वळून ती म्हणाली, 'अबोली, तू लौकर तयार हो. आज बाळ तुला पणजीला घेऊन जाणार आहे.'

हसत अबोली वळली.

अभिजित म्हणाला,

'आई, पणजीहून काही आणायचं आहे का?'

'काही नाही. तुम्ही सुखरूप परत या. मी वाट पाहते.'

अबोली तयार होऊन आली.

गाडीत नारायणच्या शेजारी अभिजित बसला. मागच्या बाजूला अबोली बसली. गाडी वेगानं वळणं घेत जात होती. सभोवतालची भाताची खाचरं, नारळीच्या बागा अभिजित बघत होता. त्या शांततेचा भंग अबोलीनं केला. ती म्हणाली,

'बोलत का नाहीस?'

'काय बोलू?' अभिजित मागे वळून म्हणाला.

'कसल्या विचारात आहेस!'

अभिजित हसला. बाहेर बघत तो म्हणाला,

'अबोली, ही पिकं पाहिलीस? आता ही रोपटी मोठी होतील. पिकल्या लोंब्यांनी वरंगळतील. त्यांच्या कापण्या होतील. मळण्या होतील. त्यानंतर त्या जमिनीत पुन्हा नांगरट होईल. जीवन असंच असतं बघ. फुलतं, पिकतं, कापलं जातं. राहतं, ते फक्त पिंजर. आयुष्य संपलं, की त्याची नांगरट केव्हा होणार? त्याची पेरणी परत केव्हा, हे कुणाला माहीत आहे का? शेवटी आयुष्य हे आजच्या क्षणी तरी क्षणभंगुरच ठरतं, नाही का?'

अबोली काही बोलली नाही. तिच्या डोळ्यांत अश्रू गोळा झाले होते.

अभिजित तिच्याकडे बघत म्हणाला,

'जाऊ दे, अबोली. तो माड बघ, कसा वाढतो, तो! आकाशाला भिडण्यासाठी तो जात असतो. फळाफुलांनी बहरलेला असतो. जीवनाला देतो फक्त फळं आणि सावली. माणसानं त्याच्यासारखं असावं.'

तोवर पणजी आली होती. पूल ओलांडून गाडीनं पुलापलीकडे प्रवेश केला. डाव्या बाजूला पर्वरीकडे प्रवेश केला. डाव्या बाजूला पर्वरीकडे जाणारा लांबलचक पुलावरचा रस्ता दिसत होता. त्याखालून बार्ज ये-जा करीत होत्या.

गाडी गावात शिरली. रॉयल हॉटेलसमोर गाडी थांबली. नारायणनं जाऊन खोली रिझर्व्ह केली आणि परत येऊन त्यानं अभिजितची बॅग उचलली. अभिजितच्या

पाठोपाठ अबोली हॉटेलात आली. मॅनेजरनी दोघांचं स्वागत केलं. खोलीत येताच अभिजितनं सांगितलं,

'अबोली, तू लौकर तयार हो. आपल्याला बाहेर जायचं आहे.'

'मग एवढ्याचसाठी इथं आलात?'

'ते तुला नंतर कळेल. तू तयार हो.'

थोड्याच वेळात अबोली तयार होऊन बाहेर आली. हसत म्हणाली,

'चला, नेता तिथं न्या.'

'काळजी करू नको. तुला काही समुद्रात बुडवायला नेत नाही.'

'तुझ्यासारखा समुद्र असताना मी त्या समुद्राला कशाला भिते?'

दोघंही गाडीत बसली. गाडी एका मोठ्या दुकानापाशी थांबली. अभिजित–पाठोपाठ अबोली उतरली. दुकानात आली. अभिजित खरेदी करीत होता. त्यात पावडर होती. स्नो होता. लेमनक्रीम होतं. लव्हेंडरची बाटली होती. दोन कंगवे होते. अशा अनेक वस्तू खरेदी करीत होता. त्यानं एकवार अबोलीकडे पाहिलं आणि गुलाबी रंगाची लिपस्टिक त्यानं निवडली.

ती सारी खरेदी बघून अबोली थक्क झाली होती. सारं सामान बांधलेला बॉक्स घेऊन अभिजित बाहेर पडला. गाडीत बसताच अबोलीनं विचारलं,

'एवढी खरेदी? वहिनीसाठी?'

'नाही. अबोली, ही खरेदी तुझ्यासाठी.'

'माझ्यासाठी?'

'हो!'

'कारण?'

'सांगतो. आज माझा वाढदिवस. माझ्या लहानपणीच आई गेली. समजू लागलं, तोवर वडील गेले. त्यानंतर भरल्या संसारात असूनही माझ्या वाढदिवसाची कुणाला आठवण राहिली नाही. आज मला आई मिळाली. तुझ्यासारखी बहीण मिळाली, म्हणूनच मी गोव्याचा मुक्काम वाढवला. मीही माणूसच आहे. केव्हातरी वाटतं, आयुष्यात कोणीतरी आपल्यावर प्रेम करावं, जपावं. ते सुख मला या गोव्यात मिळालं. नारायण, चल.'

गाडी सुरू झाली. एका मोठ्या कपड्याच्या दुकानासमोर गाडी थांबवली गेली. लीलावती नेहमी पांढऱ्या सुती साड्या नेसते, हे अभिजितला माहीत होतं. त्यानं चार साड्या निवडल्या आणि अबोलीला म्हणाला,

'आता तुला हवी ती साडी निवड. भावाची भेट म्हणून.'

अबोली म्हणाली,

'भावाची भेट भाऊबीजेला. आज नव्हे.'

'अबोली, आज माझा वाढदिवस. भाऊबीज काय आणि वाढदिवस काय! या आनंदाच्या प्रसंगी तू विरजण घालू नको. तुला हवी ती साडी निवड. समजलं?'

अबोली हसली.

'समजलं?'

अबोलीनं दुकानदाराच्या साऱ्या साड्या उलगडल्या. शेवटी एक साडी तिनं निवडली. ते सारं पार्सल घेऊन ती दोघं गाडीत बसली. अबोलीला अश्रू आवरणं कठीण गेलं. ती म्हणाली,

'कशाला एवढं केलंत?'

'आयुष्यात मला कुणासाठी काहीच करता आलं नाही. ते मी आज केलं. नारायण, मीरामारला चल.'

मीरामारला दोघंही उतरली. समुद्राचा खारा वारा अंगावर घेत बसली. अभिजित त्या अथांग सागराकडे बघत म्हणाला,

'अबोली, हा सागर पाहिलास? केवढ्या लाटा उसळतात. केवढा प्रचंड आहे. यानं जर मनात आणलं, तर सारी पृथ्वी ग्रासून टाकायला याला वेळ लागेल का? पण या सागराचं पृथ्वीवर तेवढंच प्रेम आहे. तो लाटा उसळवतो. खळाळत येतो. पण त्याची झेप किनाऱ्यापर्यंतच असते. तो आपली मर्यादा कधी ओलांडत नाही. त्याचं कारण एकच. पृथ्वीवरचं त्याचं प्रेम. चल, उठू या. आई आपली वाट पाहत असेल.'

मंगेशीच्या बंगल्याच्या दारात गाडी थांबली. नारायणनं सारं सामान आत नेलं. तोवर लीलावती आली होती. तिच्या समोर अबोलीनं एक बॉक्स उघडला. आतलं सामान बघत लीलावती समाधानानं म्हणाली,

'बरं झालं. बायकोची आठवण म्हणून काहीतरी घेतलंस.'

'खुळी आहेस, आई.' अबोली म्हणाली. 'मलाही तेच वाटलं होतं. पण, आई, त्यानं हे सारं माझ्यासाठी खरेदी केलंय्.'

'आणि तू हे घेतलंस?'

'नको कसं म्हणू?' म्हणत तिनं दुसरा बॉक्स उघडला, आणि त्यातल्या साड्या आईच्या हातात देत म्हणाली,

'ह्या तुझ्यासाठी घेतल्यात. आणि ही चंदेरी माझ्यासाठी–'

लीलावतीच्या डोळ्यांत चट्‌कन पाणी आलं. ती म्हणाली,

'अभी, हे सारं करायलाच हवं होतं का? अबोली, निदान तू तरी त्याला सांगायला हवं होतं.'

'आई, मी सांगायला विसरले. आज त्याचा वाढदिवस.'

'म्हणून हे सारं घेतलं?'

'आई, मला माझी आई आठवत नाही. पण ते प्रेम तू दिलंस. मला कोणी नातेवाईक नाही. पण अबोलीसारखी बहीण मिळाली. माझी मुंबईत उदंड कामं आहेत. पण ती सारी विसरून मी इथं येतो. शेवटी व्यवहार हा माणसाला टळत नाही. टाळतो, म्हटलं, तरी टळत नाही. मी उद्या जाणार आहे.'

'अग,' लीलावती म्हणाली. 'आज त्याचा वाढदिवस. काही गोडधोड तरी करायला सांगायचं.'

'तेवढी का मी विसरभोळी आहे? हा खरेदीत गुंतरला होता. तेव्हा शेजारच्या दुकानातून मिठाई घेतली. माझ्याजवळ जास्त पैसे नव्हते. जेवढं आणता येईल, तेवढं आणलंय्.'

लीलावती अभिजितला म्हणाली,

'अभी, तू कपडे बदलून घरी ये. अबोली, त्याला काय हवं – नको बघ, तोवर मी तयारी करते.'

'अबोली कशाला? नारायण आहे... तो बघेल.'

लीलावती आणि अबोली बाहेर पडल्या.

अभिजित फेणीचे घुटके घेत बसला होता. राहून राहून त्याला दुपारचा प्रसंग आठवत होता. मीरामारच्या वाळूत जवळ बसलेली अबोली त्याला आठवत होती. किती सहजपणानं आपण बोलून गेलो.

मनात आणलं, तर सागर सहजपणानं पृथ्वीला गिळू शकतो.

पण कितीही उधाण आलं, तरी तो आपली मर्यादा सोडत नाही.

कारण–

पृथ्वीवरचं त्याचं प्रेम.

प्रेम!

कुणी शिकवलं हे सागराला?

कुणी केले हे संस्कार त्याच्यावर?

त्या प्रचंड लाटांत केवढा संयम साठवलेला असतो!

बघणाऱ्याला दिसतात फक्त लाटा.

फेसाळलेल्या! बेभान झालेल्या!!

बेभान?

त्या बेभान कधीच नसतात.

भान राखतात, म्हणून तर फुटतात.

अभिजित स्वत:शीच हसला. त्याच वेळी त्याच्या कानांवर खाकरणं पडलं. त्यानं नजर वर केली. समोर अबोली उभी होती. पणजीला घेतलेली चंदेरी साडी ती नेसली होती. गौर वर्णाच्या अबोलीचं ठसठशीत रूप त्या साडीत उठून दिसत होतं. अभिजित ते रूप भान विसरून बघत होता.

त्याला तसं बघताना पाहून अबोली खुदकन हसली. तिनं विचारलं,

'काय बघता?'

मान हलवीत अभिजित म्हणाला,

'अबोली, तुला ह्या रूपात कोण्या राजपुत्रानं पाहिलं, तर काय होईल, माहीत आहे?'

'काय?' अबोली जवळ येत म्हणाली.

'कसलाही विचार न करता तो तुला घोड्यावर बसवून घेईल.'

'आणि?'

'राजवाड्यावर आणेल.'

'आणि?'

'पट्टराणी करून मोकळा होईल.'

अबोली खळखळा हसली. डोळ्यांत पाणी येईपर्यंत ती हसत राहिली. हसतच तिनं डोळ्यांतलं पाणी पुसलं. अभिजितचे शब्द तिच्या कानांवर पडले—

'का हसलीस? खोटं वाटतं?'

'नाही,' अबोली म्हणाली. 'खोटं कुठं म्हणते मी?'

'मग एवढं हसायला काय झालं?'

'हसले, ती तुमच्या बोलण्याला नाही.' म्हणत अबोली त्याच्या समोर आली. अभिजितच्या टेबलावर ठेवलेली फेणीची बाटली तिनं उचलली. अर्ध्या झालेल्या फेणीच्या बाटलीकडे बघत म्हणाली,

'हसले, ती या फेणीला...'

'फेणीला?' अभिजित न समजून उद्गारला.

'हो! तुम्हांला फेणी आवडते, हे मला माहीत आहे. पण ही बया असं काही बोलायला लावते, हे आता मला समजलं. त्याचं हसू आलं.'

—आणि एवढं बोलून ती परत हसू लागली. अभिजितही त्या हसण्यात सामील झाला. हसता-हसता तो म्हणाला,

'नाही, अबोली. ही बया बोलत नाही. मी बोलतोय्.'

'असेल!'

'खोटं वाटतं?'

'मी खोटं म्हणत नाही.' अभिजितकडे बघत अबोली म्हणाली, 'तो राजपुत्र

केव्हा येईल, ते सांगता यायचं नाही, तेवढी वाट बघायला मला उसंत नाही. आता उठा. आई वाट बघतेय्–'

'हो! माझं झालंच आहे.'

'मग उठा तर.'

अभिजित उठला आणि अबोलीपाठोपाठ चालू लागला.

अभिजित आतल्या सोप्यात आला आणि तिथली व्यवस्था बघून थिजला.

सारी खोली धूपाच्या मंद वासानं भरली होती. भिंतीलगत समोरासमोर दोन पाट मांडले होते. पाटाभोवती रांगोळीनं नाजूक वेलबुट्टी सजवली होती.

अभिजितला तसा थबकलेला बघून लीलावती म्हणाली,

'बाळा, बस त्या पाटावर.'

'लीलाई–'

'अरे, आज तुझा वाढदिवस ना! मी भावीण. दुसरं काय करणार? आमचा पाठीराखा, तो परमेश्वर, मंगेश. त्याच्याकडे तुला भरपूर आयुष्य मागितलं. तुझी दृष्ट काढते, बैस.'

अभिजित भारावलेल्या अवस्थेत पाटावर बसला. लीलावतीनं त्याच्या कपाळी कुंकुमतिलक लावला. त्याच्या तोंडात अख्खा पेढा घातला.

अभिजितचा गळा भरून आला होता. त्याच्या डोळ्यांतून अश्रू ओघळत होते.

लीलावतीनं जवळ ठेवलेली धूपदाणी उचलली आणि ती लगबगीनं आत आली. चुलीतले रसरशीत चार निखारे धूपदाणीत घातले. काढून ठेवलेली मीठमिरची घेऊन ती तशीच बाहेर आली. अभिजितच्या समोर जाऊन तिनं त्या रसरशीत निखाऱ्यांवर मीठमिरची टाकली. चटचटणाऱ्या आवाजाबरोबर धूपदाणीतून धुराची वलयं उठली. लीलावतीनं ती धूपदाणी अभिजितच्या समोरून दोन-तीनदा खालीवर केली. क्षणात सारा सोपा त्या मिरचीच्या खाटानं भरून गेला. सारे ठसकत राहिले. ठसकतच लीलावती अभिजितच्या समोर वाकली. दोन्ही हातानं तिनं अभिजितची माया घेतली आणि आपल्या कानशिलांवर मूठ दाबून बोटं मोडली. मोडलेल्या बोटांचा कडाकडा आवाज उठला.

अभिजितच्या डोळ्यांतून अश्रुधारा ओघळत होत्या. ते पाणी त्याला निपटावसं वाटत नव्हतं. भारावून तो तसाच बसून होता...

अभिजितनं अंगावर पांघरूण ओढून घेतलं. झोपतेवेळी त्याला एकच आठवत होतं. लीलाईनं काढलेली दृष्ट – ज्या मायेचा आयुष्यात कधी स्पर्श झाला नव्हता, तो स्पर्श, त्याची माया घेताना त्याला जाणवला होता.

कशाला गुरफटलो आपण यात?

आपलं कोरडं जीवन होतं तेच बरं होतं.

वाटतं, लीलाईला आणि अबोलीला घेऊन मुंबईला जावं.

पण जिथं नवऱ्यालाच मानानं वागवलं जात नाही,

तिथं या दोन जीवांना कोण सांभाळणार?

बेचैन मनानं अभिजित केव्हा झोपी गेला, हेही त्याला कळलं नाही.

मध्यरात्रीच्या वेळी त्याला केव्हा तरी जाग आली.

–कोणी तरी शेजारी येऊन झोपलं होतं.

'कोण?'

'मी.' अबोलीचा आवाज आला.

'अबोली!' अभिजित उद्गारला.

'झोप येईना. चैन पडेना. म्हणून तुमच्यापाशी आले.' आणि हे बोलत असता तिने आपले ओठ त्याच्या गालाला चिकटवले.

बिछान्यावर ताडकन उठून बसत अभिजित म्हणाला,

'अबोली, आज तुझं डोकं ठिकाणावर दिसत नाही. मी तुला समुद्रकाठी घेऊन गेलो. तो सागर तू ओळखला नाहीस. अबोली, सारंच प्रेम विषयासक्त नसतं. जा, अबोली. शांत मनानं झोप जा. तू माझी बहीण आहेस, हे कधीही विसरू नको.'

अबोलीच्या डोळ्यांत खळकन पाणी आलं. ती कशीबशी म्हणाली,

'माझं चुकलं, क्षमा करा.'

तिचे अश्रू बोटांनी टिपत, तिचा चेहरा कुरवाळत अभिजित म्हणाला,

'नाही. तुझं काही चुकलं नाही. तो दोष तुझ्या तारुण्याचा. एक सांगतो, अबोली. त्याच्या आहारी कधीही जाऊ नको. केव्हातरी तुझ्या आयुष्यात तुझा साथीदार तुला मिळेल. तुझा संसार सुखाचा होईल. तू आनंदात राहशील. हा माझा तुला आशीर्वाद आहे. जा, समाधानानं झोप जा. सकाळी ये.'

अबोली उठली. त्या अंधारात निघून गेली.

अभिजित डोळे उघडे ठेवून झोपण्याचा प्रयत्न करीत होता.

सकाळी अभिजित जागा झाला, तो मंद सुगंधी वासानं. त्यानं पाहिलं, तो त्याच्या उशाशेजारी सुरंगीची माळ पडली होती. त्या न विस्कटलेल्या माळेकडे अभिजित क्षणभर तसाच बघत राहिला. पण ती माळ हातात उचलून घ्यावंसं अभिजितला वाटलं नाही.

सकाळी गाडीत सामान भरलं होतं. लीलाईनं दोन काजूचे पुडे अभिजितच्या हातात दिले.

'हे कशाला?'

'मला माहीत आहे. तू फेणी घेतोस ना! त्याच्या दोन बाटल्या परमिट काढून कालच अबोलीनं आणून ठेवल्या आहेत. त्याबरोबर हे दोन काजूचे पुडे.'

'आई, हे मी केव्हाच ओळखलं होतं. कुठली आई मुलाला दारूच्या बाटल्या देईल? हे फक्त अबोलीच जाणू शकते. करू शकते.'

'तसं नाही हं.' लीलावती म्हणाली, 'सोंगटं तुला आवडतात. न्याहरीसाठी दिल्यात. फणसाची भाजीही आहे त्यात.'

लीलावतीनं न्याहरी बांधलेला डबा गाडीत ठेवला. विचारलं,

'वाटेत न्याहरी कर. परत केव्हा येशील?'

लीलावतीच्या डोळ्यांत तरळलेलं पाणी बघून अभिजित म्हणाला,

'आई, रडतेस कशाला? मला तरी जायला दुसरीकडे कुठं जागा आहे? जेव्हा सवड सापडेल, तेव्हा मी इथं येईन. काही गरज भासली, तर मला तार कर. केवढीही कामं असोत, मी तातडीनं येईन.'

लीलावतीला भावना आवरल्या नाहीत. टाचा उंचावून अभिजितच्या दोन्ही गालांचे तिने मुके घेतले. आयुष्यात पहिल्यांदाच निर्लेप, नि:स्वार्थी प्रेमाची ऊब तो घेत होता. आईच्या बंधनातून सुटून त्यानं तिच्या पायांना स्पर्श केला.

त्याचं लक्ष अबोलीकडे गेलं.

गुलाबी चेहऱ्याची, टपोऱ्या डोळ्यांची, नाजूक ओठांची अबोली. रडल्यामुळे तिचे डोळे आरक्त झाले होते. नाकाचा धारदार शेंडा तांबडाबुंद झाला होता. ती पुढे झाली आणि वाकून तिनं अभिजितचे पाय शिवले. अभिजित म्हणाला,

'आनंदात राहा. केव्हाही हाक मार. धावत येईन.'

'मुंबई-गोवा अंतर तेवढं कमी नाही. म्हणे, धावत येईन!'

तिच्या गालावर टिचकी मारीत अभिजित म्हणाला,

'अग, आता पूर्वीचे दिवस राहिले नाहीत. विमान सर्व्हिस सुरू झालीय्. बघता-बघता गोवा गाठता येईल.'

लीलावती म्हणाली,

'नको, ग बाई. त्या विमानाचा भरवसा नाही. तू आपलं तुझ्या गाडीनंच येत जा.'

तिघेही हसली.

नारायणनं गाडी दारात आणून उभी केली. दाराशी लीलावती उभी होती. गाडी सुरू होताना अबोली धावत पुढे आली. तिच्या हातात सुरंगीची माळ होती.

ती तिनं अभिजितच्या मनगटावर बांधली.

'ही माळ कालच द्यायला हवी होती. पण विसरली.'

'विसरली नाही. माझ्या उशीलगत मला मिळाली.'

'एकदा, चुकलं, म्हटलं ना!'

'काही चुकलं नाही.' म्हणत अभिजितनं खिशात हात घातला. पाकीट काढून त्यानं अबोलीच्या हाती ठेवत म्हटलं, 'हे ठेव. आईला सांगू नको. काही अडचण आली, तर यातून भागव. काही लागलं, तर मला पत्रानं कळव.'

'पण कशाला हे?'

'मी तुझा थोरला भाऊ आहे ना! भावाचं ऐकावं. समजलं?'

'समजलं.' अबोली हसत म्हणाली.

'नारायण, चल.'

—आणि गाडी सुरू झाली.

उंच, शिडशिडीत देहाची सालंकृत झालेली वैजयंती अभिजितकडे पाहत होती. पण स्वागताचं हास्य तिच्या चेहऱ्यावर नव्हतं. तिनं जाब विचारला,

'तुम्ही परवाच येणार होता ना!'

'यायला जमलं नाही.'

कुत्सितपणे हसून वैजयंती म्हणाली,

'कसं जमणार? गोव्याच्या पोरी मोहक असतात ना! तो मोह नडला असेल!'

आल्या आल्या झालेल्या त्या स्वागतानं कधी नाही तो अभिजितचा संताप उफाळला. तो म्हणाला,

'त्या सवयी तुम्हांला असतील. मला नाहीत. एक लक्षात ठेव, वैजयंती, मला साऱ्या गोष्टी चालतात; पण माझ्या चारित्र्याबद्दल शंका घेतलेली सहन होणार नाही आणि मी ते सहन करणार नाही.'

'हं! मला सांगता हे? मग सवड मिळाली, की गोव्याला का पळता? तेवढी का मी अडाणी आहे? या देशात का इतर प्रेक्षणीय स्थळं कमी आहेत? मग तिथं मन रमवायला का जात नाही?'

'ते तुला कळायचं नाही.'

'कळून तरी मला काय करायचं?' वैजयंती आपल्या मनगटावरच्या सोनेरी घड्याळाकडे बघत म्हणाली. 'अग बाई, केवढा वेळ झाला!'

त्याही अवस्थेत अभिजित हसला. म्हणाला,

'आज कोणाची विशेष पार्टी दिसते.'

'हो! विसरलेच. माणिकचंद-हिराचंदचा वाढदिवस आहे. दोघांनाही आमंत्रण आहे. तुम्ही लौकर तयार व्हा.'

क्षणाचाही विचार न करता अभिजित म्हणाला,

'वैजयंती, मी प्रवासात एवढा थकलो आहे, मला ते जमणार नाही, तू जा.'

'हे नेहमीचंच आहे. माझ्या पार्ट्या, माझं वागणं तुम्हांला आवडत नाही.'

'त्याबद्दल मी तुला काही म्हटलं आहे का?'

'म्हणायला कशाला पाहिजे? तुमची नजर सांगते. तेवढी काही मी अजाण नाही. सारं कळतं मला. आता मलाही ह्या असल्या संसाराचा कंटाळा आला आहे.'

'वैजयंती–'

'हो! केव्हातरी स्पष्ट बोललंच पाहिजे. मला हे सारं असह्य झालंय्. हे घर सोडून जायचा मी निर्णय घेतला आहे.'

तिच्या स्पष्ट बोलण्यानं अभिजित क्षणभर अवाक् झाला. भानावर येऊन तो म्हणाला,

'वैजयंती, निर्णय तुझा आहे. तो घ्यायला तू मोकळी आहेस.'

अभिजितच्या त्या थंड वृत्तीनं वैजयंती भडकली. ताडकन उठत म्हणाली,

'याचीच वाट पाहत होतात!'

'वैजयंती, मला संयम आहे. मी एक बॅरिस्टर आहे. कुणावरही अन्याय होऊ देणं माझ्या स्वभावात नाही. तुझ्या पार्टीला वेळ होत असेल. तू जा. थंडपणानं विचार कर. तुझ्या आड मी येणार नाही.'

फणकाऱ्यानं वैजयंती निघून गेली.

अभिजितनं बॅग उघडली. कपडे काढले. त्याच वेळी बटलर आत आला.

'साहेब, आजचा मेनू काय?'

अभिजित खिन्नपणे हसला. म्हणाला,

'माझं जेवण झालंय्, मला फक्त दूध दे.'

अभिजित पलंगावर जाऊन बसला. त्यानं नारायणला व्हिस्की आणायला सांगितली. व्हिस्कीचे घोट घेत असता त्या मद्यानं त्याच्यावर केव्हा असर चढवला, हेही त्याला कळलं नाही. अंगावर पांघरूण ओढून घेऊन तो त्याच नशेत झोपी जात होता.

वैजयंती आली.

तिचे सारे लाड पुरविले.

पण तिचा स्वभाव केवढा वेगळा. मनाला येईल तसं वागत राहिली.

तेही सहन केलं.

पण दुरावा कधी नाहीसा झाला नाही.

ज्याच्या नशिबात असतं, ते त्याला सहन करावं लागतं.

अभिजितच्या मनातली जळजळ वाढत होती. त्या बेचैनीतच त्याचा डोळा केव्हा लागला, हेही त्याला समजलं नाही.

सकाळी नेहमीप्रमाणं त्याला जाग आली. कपडे करून त्यानं बटलरला हाक मारली. बटलर आत येताच त्यानं विचारलं,

'वैजयंती कुठं आहे?'

'बाईसाहेब रात्री आल्या होत्या. त्यांनी आपली बॅग घेतली आणि त्या रात्रीच परत गेल्या. जाताना तुमच्यासाठी हे पत्र दिलं आहे.'

अभिजितनं पत्र घेतलं. पत्रात एकाच ओळीचा मजकूर होता :

'मी कायमची जात आहे.'

खाली सही होती- वैजयंती.

किती तरी वेळा त्यानं पत्र वाचलं. शेवटी आपले कपडे करून तो ऑफिसला गेला. सहकाऱ्यांच्या संगतीत आणि फायलींमध्ये सारं विसरण्याचा तो प्रयत्न करू लागला.

आता अभिजितचं सारं जीवन बदललं होतं. कशी का असेना, पण एक सोबत होती. आता तीही नाहीशी झाली होती. घरी नोकरचाकर होते. नारायण होता. सारं काही होतं. पण एक उणीव त्याला कुठंतरी जाणवत होती. ती का जाणवावी, हे त्याला कळत नव्हतं. एक आशा त्याला वाटत होती. वैजयंतीच्या माहेरची माणसं येतील. काही तरी बोलतील. पण तीही आशा आता फोल ठरली होती.

त्यानंतर अभिजितनं सारं लक्ष आपल्या व्यवसायात गुंतवलं.

मद्य आणि व्यवसाय यांमध्ये तो मग्न झाला.

एक दिवस गोव्याहून अचानक त्याला तार आली. 'तातडीनं निघून या.'

त्या तारेनं त्याच्या मनात अनेक शंका-कुशंका आल्या. तो गोव्याला धावला. दारातच लीलाईनं त्याचं स्वागत केलं. अभिजितनं विचारलं,

'का बोलावलंस?'

'आता येतो आहेस. थोडी विश्रांती घे. सांगते.'

'सारं ठीक आहे ना?'

'ते तुझ्या मनावर.' लीलावती म्हणाली. 'तू घरी ये.'

अभिजित वॉश घेऊन बाहेर आला आणि सरळ लीलावतीच्या घरी आला.

लीलावती म्हणाली,

'बैस.'

अभिजित बसला. लीलावती म्हणाली,

'तू गेलास आणि रशीद नावाचा एक मुलगा इथं आला. मुलगा चांगला आहे. त्याची आणि अबोलीची केव्हा मैत्री जमली, हे समजलं नाही. दुबईला त्याला चांगली नोकरी आहे. कर्ता सवरता आहे. दोघांनी लग्न करायचं ठरवलं. मी काही त्यांना अडवलं नाही. दोन दिवसांत ते परत जाणार आहेत, म्हणून तार केली.'

'आणि अबोली कुठं आहे?'

'ती आत आहे. भ्यालेय्. तू काही म्हणशील, म्हणून तिला भीती वाटते.'

'खुळी आहे ती. बोलव तिला.'

अबोली बाहेर आली. तिच्याकडे बघून अभिजित हसला. म्हणाला,

'अरे, व्वा! शोभतेस खरी राजकन्या! आणि तुमचे राजपुत्र कुठे आहेत?'

अबोली लाजली. कशीबशी म्हणाली,

'येतील एवढ्यात. बाहेर गेलेत.'

'मग तूही मुसलमान झालीस?'

'हो! ते हिंदू व्हायला निघाले होते, पण मीच त्यांना अडवलं.'

'का?'

'हिंदू म्हणून त्यांना कोण मानेल का? आपल्या जातीत घेतील?'

'छान विचार केलास बघ. अबोली, या जगात सर्व धर्म एकच असतो. तो रीति-रिवाजानं पाळला जात नाही, आचारानं पाळला जातो. नाव काय ठेवलं तुझं?'

'रेशमा...' लीलाईनं सांगितलं.

'त्याच वेळी रशीद आत आला. उंचापुरा, देखणा. तो तरुण पोर अभिजितच्या मनात बघताक्षणी बसला. लीलाईनं ओळख करून दिली. रशीदनं त्याला वाकून कुर्निसात केला. अभिजित म्हणाला,

'रशीद, अबोली माझी बहीण आहे. तिला फुलासारखं जप.'

'जी...' रशीद म्हणाला.

त्या तिघांच्या सहवासात अभिजित आनंदात राहिला.

जायच्या वेळी त्यांना विमानतळावर पोहोचवायला गेला. विमानांची तिकिटं अभिजितनंच काढली होती. आईचा निरोप घेताना अबोलीचे डोळे भरून आले. विमान उडालं. दूर गेलं.

अभिजितनं लीलाईच्या खांद्यावर हात ठेवला. तो म्हणाला,

'आता डोळ्यांत पाणी आणू नको. अबोली चांगल्या घरात पडलीय्. तिची चिंता करू नको. कन्या ही परक्याचीच असते. तो वियोग केव्हातरी येणार होताच. ती दोघं आनंदात राहतील.'

दोघं परत घरी आली.

रात्री लीलाई म्हणाली,

'अभी, आता या घरात मला राहावंसं वाटत नाही.'

'मग कुठं जाशील?'

'देवाच्या आगरशाळेत. अनेक खोल्या आहेत. कुठंही राहीन.'

'काय बोलतेस, आई. तुझ्या पतीनं बांधलेलं हे घर. तुम्ही इथं वाढलात. ते घर विसरणार?'

'नाही, अभी, त्याचा विचार मी आधीच केलाय्. केशवशास्त्री हे घर वीस हजाराला घ्यायला तयार आहेत.'

'आणि म्हणून विकतेस?'

'मग हा संसार चालवू कसा?'

'अबोली गेली, म्हणून काय झालं? मी नाही का?'

अभिजितनं नारायणला हाक मारली. आपली ब्रीफ आणायला सांगितली. त्यातलं चेकबुक काढून त्यानं पंचवीस हजारांचा चेक फाडला आणि लीलावतीच्या हाती देत तो म्हणाला,

'आई, हा पंचवीस हजारांचा चेक आहे. उद्या मी तुझं बँकेत खातं उघडून त्यावर जमा करीन. आई, एक लक्षात ठेव, मी एक वकील आहे. रीतसर सर्व कागदपत्र करीन. मला ह्या घराची काही गरज नाही. पण तू असेपर्यंत ही वास्तू दुसऱ्या कुणी घेतलेली मला आवडणार नाही. अबोली, रशीद केव्हा आले, तर ही वास्तू त्यांची राहील. नाही आले, तर मोकळी राहील. माझ्या बंगलीसारखी – तू चिंता करू नकोस.'

'पण हे सारं तू का करतोस?'

अभिजित शांतपणे म्हणाला,

'तुझा मुलगा म्हणून.'

लीलावतीला काही बोलायचं होतं. पण तिच्या भरलेल्या गळ्यातून शब्द उमटले नाहीत. अश्रुपूर्ण नजरेनं ती अभिजितकडे नुसती बघत राहिली.

'आई...', बऱ्याच वेळानं अभिजित म्हणाला, 'तुला इथं एकटं वाटत असेल, तर तू मुंबईला चल.'

लीलाई एकदम म्हणाली,

'नको, बाबा, मला ह्या मंगेशावाचून करमायचं नाही. व्रत आहे. ते, या कुडीत जीव आहे, तोवर सुटायचं नाही.'

'ठीक आहे. माझा आग्रह नाही. मला माहीत होतं, तुला जागा सुटायची नाही. पण मीही एकटा होतो, म्हणून विचारलं.'

'एकटा!' लीलाईनं चमकून विचारलं.

'हो!' अभिजित म्हणाला. 'आई, वैजयंतीनं घटस्फोट घ्यायचं ठरवलंय्. ती आता माझ्यापाशी नाही.'

लीलावतीच्या डोळ्यांत तरळलेले अश्रू खळकन गालांवर ओघळले.

'काय सांगतोस, बाळा!'

'खरं तेच सांगतो, आई. मी एकटा आहे... एकटा...'

–आणि अभिजित पुढे धावला. लीलाईला मिठी मारून तो गदगदून रडू लागला. लीलाई त्याच्या पाठीवरून हात फिरवीत होती. त्याला समजावता– समजावता तीही अनावर होऊन गदगदत होती. आपल्या भावना आवरून डोळे पुसत अभिजित म्हणाला,

'आई, तू माझी काळजी करू नको. मला आईवडिलांचं छत्र नाही. ना पत्नीची सोबत. आयुष्यात जे काही सुख मिळालं, ते तुझ्यासारखी आई मिळाली, म्हणून, आणि अबोलीसारखी बहीण लाभली, म्हणून. आयुष्यात एवढा प्रेमाचा जिव्हाळा लाभला, हे का थोडं झालं? माझ्या एकटेपणाची मला आता सवय झाली. रशीदच्या संसारात अबोली सुखानं राहील. तू चिंता करू नको, तुला माझी शपथ आहे. एक खरं सांगशील?'

'सांगेन.'

'तुला काही गरज लागली, तर मला कळवायला संकोच करू नको.'

लीलावतीनं मान डोलावली. म्हणाली,

'सांगेन, खरंच सांगेन. आता मला तरी कोण आहे तुझ्याशिवाय?'

अभिजित समाधानानं वळला.

का, कुणास ठाऊक, पण मुंबईला आल्यापासून अभिजितला एकटेपणा तीव्रतेनं जाणवत होता. माणसाला आयुष्यात काहीतरी छंद असावेत, म्हणजे माणूस त्यात आपली वेदना थोडी, फार विसरतो. पण कायदा, खटले या व्यतिरिक्त त्याच्या जीवनात काही आलंच नाही. गाण्यातलं त्याला काही कळत नव्हतं. नाटक-सिनेमाची आवड नव्हती. वेळ घालवायला एकच साधन. ते म्हणजे दारू.

एके दिवशी त्याचा एक स्नेही माधव त्याच्याकडे आला. मद्य घेत असता
तो म्हणाला,

'अभिजित, एकटा बसून करतोस काय? रजा घे.'

'आणि करू काय?'

'हे बघ, मी अमेरिकेला जातोय्. तू हो म्हणत असशील, तर पासपोर्ट,
व्हिसा सारी व्यवस्था मी करीन. आपण मिळून जाऊ. तुला तेवढाच बदल
वाटेल.'

अभिजित म्हणाला,

'ठीक आहे. मी विचार करीन.'

–आणि दोन दिवसांत त्यानं विचार पक्का केला. त्याला कुठं तरी दूर
जायचं होतं. अमेरिका तर अमेरिका. माधवनं सारी व्यवस्था केली. नारायणच्या
हाती घरदार सोपवून अभिजित अमेरिकेला गेला. माधव सांगेल तिथं तो फिरत
होता. नायगारा पाहताना क्षणभर त्याला वाटलं, या प्रवाहात आपण स्वत:ला
झोकून द्यावं. डिस्नेलँड पाहताना त्याच्या मनात आलं, जग हे असाच बाहुल्यांचा
खेळ आहे. जाईल तिथं त्याच्या मनात उदासपण रेंगाळत होतं. प्रत्येक दिवस,
त्या दिवसाचा प्रवास त्याला कंटाळवाणा वाटत होता. पण माधवच्या आग्रहामुळे
तो अमेरिका फिरत होता. नाही म्हणायला त्याचं मन कुठं वेडावलं असेल, तर
ते भर समुद्रात असलेल्या स्वातंत्र्यदेवीच्या पुतळ्याकडे पाहताना. तो निर्जीव
पुतळा. त्याच्या हातातली ज्योत... काय संदेश देत होती, कुणास ठाऊक.
अभिजितच्या मनात आलं,

'आपण ह्या पुतळ्यासारखेच आहोत.'

अमेरिकेचा प्रवास संपवून दोघं मुंबईला परत आले. माधवनं खूप खरेदी
केली होती. पण अभिजितनं काहीही घेतलं नव्हतं. घ्यायचं, ते कुणासाठी? नाही
म्हणायला अमेरिकेच्या फ्री स्टॉलवर माधवनं एक सुंदर पेनचा सेट अभिजितला
दिला. तो घेताना मात्र अभिजित मोकळेपणानं हसला होता.

'मित्रा, योग्य निवड केलीस बघ.'

'का?'

'आता याखेरीज आयुष्यात राहिलंय् काय?'

दोघं मिळून बंगल्यावर आले. माधवला निरोप देऊन तो आपल्या बेडरूममध्ये
गेला. स्नान आटोपून, कपडे करून अभिजित झोपी गेला.

मोठ्या प्रवासानंतर असंच होतं. दिवस रात्रीचा अंदाज चुकतो. रात्री झोप

येत नाही आणि दिवसा झोप केव्हा आली, ते कळत नाही.

संध्याकाळी त्याला जाग आली. नारायणनं विचारलं,

'नाश्ता आणू?'

'नको. रात्री मी एकदमच जेवेन.'

कपडे बदलून अभिजित सरळ ऑफिसमध्ये गेला. पत्रांचे गठ्ठे पडले होते. ते चाळत असता एका अंतर्देशीय पत्राकडे त्याचं लक्ष गेलं. त्यानं मागचा पत्ता पाहिला. वासू खानावळवाल्याचा पत्ता होता. अभिजितनं ते पत्र फोडलं आणि ते वाचत असता तो सुन्न झाला. वासूनं लिहिलं होतं, 'लीलावती जग सोडून गेली', अभिजितनं तारीख पाहिली. तो अमेरिकेला गेला, त्याच वेळेची ती तारीख होती.

पत्र वाचत असता अभिजितच्या डोळ्यांत पाण्याचा टिपूसही नव्हता, एकच विचार मनात येत होता.

सुटली बिचारी!

एकदा मनात आलं, गोव्याला जावं, पण भेटायचं कुणाला?

रशीद आणि अबोली केव्हाच निघून गेली असणार?

त्यानंतर चार-पाच महिन्यांचा काळ लोटला आणि अचानक अभिजितला कामासाठी पणजीला जावं लागलं. पण तो पणजीला थांबला नाही. त्यानं नारायणाला गाडी मंगेशीला घ्यायला सांगितली. मंगेशीला येताच तो भानावर आला. तो नारायणाला म्हणाला,

'वासूकडे किल्ल्या असतील. त्याला सांग, मी आलोय्, म्हणून.'

नारायण किल्ल्या घेऊन आला. दरवाजा उघडला गेला. सगळीकडे धुरळा पसरला होता. झाडलोट केलेल्याचं चिन्ह दिसत नव्हतं. पाठोपाठ वासू आला. किंचित संतापानं अभिजितनं विचारलं,

'घराची ही राखण केलीस?'

'मालक, काय करणार? मी एकटा. खानावळ चालवायची, आठवड्यातनं सवड मिळाली, तर–'

'समजलं. नारायण, गीझर चालू आहे का, बघ.'

नारायण सांगत आला.

'चालू आहे, साहेब.'

'नशीब माझं. वासू, आम्हांला दोन डबे पाठवून दे. मी सर्व नारायणकडनं स्वच्छ करून घेतो. तोवर सोड्याच्या दोन बाटल्या पाठव.'

सुटकेचा निःश्वास सोडून वासू निघून गेला.

नारायणनं अभिजितची खुर्ची झाडून स्वच्छ केली. अभिजित तीवर बसला.

नारायण त्याचे बूट काढण्यासाठी बसला. अभिजित म्हणाला,

'नको. घर झाडून घे. मी काढेन बूट.'

पण हे म्हणत असता अभिजितला हसऱ्या चेहऱ्यानं बुटाचे बंद सोडणारी अबोली दिसत होती.

सोड्याच्या बाटल्या आल्या. नारायणने ग्लास आणि व्हिस्कीची बाटली आणून ठेवली. अभिजित मद्याचे घोट घेत बसला. त्याला भूक जाणवत होती. नारायणाला तो म्हणाला,

'नारायण, गाडीत काजू–पाकीट आहे का, बघ.'

नारायणनं लगबगीनं बशीत काजू आणून ठेवले.

स्नान आटोपून अभिजित जेव्हा बाहेर आला, तेव्हा वासू डबे घेऊन आला होता. तो म्हणाला,

'मालक, मासळी चांगली नव्हती. सोंगटं मिळाली.'

'ठीक आहे. काय असेल, ते असू दे. तू जा. नारायण वाढेल.'

वासू निघून गेला. तो उकडा भात, नारळाची कढी, सोलकढी बघून अभिजितला एकदम भडभडून आलं. कसेबसे त्यानं चार घास खाल्ले आणि तो नारायणला म्हणाला,

'नारायण, तू जेवून घे.'

डबे परत नेण्यासाठी वासू आला, तेव्हा डब्यातलं शिल्लक जेवण बघून त्यानं विचारलं,

'मालक, जेवण आवडलं नाही?'

'चांगलं होतं. मला भूक नव्हती.'

डबे घेऊन वासू निघाला. चार पावलं जाऊन तो माघारी आला. अभिजितकडे बघत तो म्हणाला,

'मालक, तुम्हांला सांगायला विसरलो. अबोली पणजीला असते.'

'पणजीला?'

'हो. तो रशीद दुबई सोडून आला. इथंच त्यानं लेथ घातलाय्.'

अभिजितनं आश्चर्यानं विचारलं,

'केव्हापासून?'

'दीड एक महिना झाला असेल.'

'अबोली इथं येत नाही?'

'नाही. एकदाच आली होती. तासभर होती. पुन्हा आली नाही.'

अभिजितनं विचारलं,

'तुला तिचा पत्ता माहीत आहे?'

वासू एकदम भडकला. तो उफाळला,

'नाव घेऊ नका त्या रांडेचं. आईचे दिवस घालायला तेरा दिवससुद्धा थांबली नाही. तिसऱ्या दिवशी परत गेले... बोलून-चालून भाविणीची पोर. आपल्या जातीवरच जायची. लग्न करायचं होतं, तर करायचं होतं. पण तेही मुसलमान पोराबरोबर?'

'ते जाऊ दे. तुला पत्ता माहीत आहे ना?'

'घरचा माहीत नाही. पण मेन रोडवर अल्लाबक्षाचं मोठं लोखंडी दुकान आहे. तिथं विचारलं, तर पत्ता मिळेल.'

वासू निघून गेला आणि अभिजित तसाच बसून राहिला.

थोड्या वेळानं त्यानं नारायणला सांगितलं,

'नारायण, चल आपल्याला पणजीला जायचंय्.'

अबोलीचं घर शोधायला त्याला फारसा वेळ लागला नाही. मुसलमान मोहल्ल्यात अबोलीचं घर होतं. घराला जाळीचा पडदा लावलेला होता. नारायणनं चौकशी करताच खुद्द अबोलीच दारात आली. काय बोलावं, हे सुचत नव्हतं. नेहमीचं हास्य तिच्या मुखावर नव्हतं. अभिजितनंच विचारलं,

'मी आत येऊ का?'

'या ना.'

अभिजित आत गेला. मुसलमानी पद्धतीनं तो हॉल सजवला होता. अबोलीनं एक घडीची खुर्ची सरळ केली आणि ती म्हणाली,

'बसा.'

अभिजितनं बसत विचारलं,

'बरी आहेस ना!'

'हां!'

'सहज पणजीला आलो होतो, वाटलं, तुला भेटून जावं.'

'बरं केलंत.'

त्याच वेळी बाहेरून खोकल्याचा आवाज आला. कुडता, विजार, पांढरीशुभ्र दाढी, मस्तकी मुसलमानी जाळीदार टोपी घातलेला म्हातारा आत आला. त्यानं एकवार अभिजितकडे पाहिलं.

अबोली पुरी गोंधळली होती. तिनं ओळख करून दिली.

'साहेब, हे आमचे अब्बाजान!'

साहेब!

अबोलीच्या तोंडून ह्या शब्दांचा उच्चार अभिजितला अपेक्षित नव्हता.

नकळत त्याने त्या म्हाताऱ्याला नमस्कार केला.

'आणि हे कोण?' अबोलीला त्या वृद्धानं विचारलं.

'हे मुंबईचे बॅरिस्टर.'

'आणि तुझी जान-पहचान–'

'ते मंगेशीला नेहमी येतात.'

'अस्सं!' त्या वृद्धानं अभिजितला एकवार न्याहाळलं आणि तो वळला.

तिथलं ते स्वागत, ती रूक्षता अभिजितला असह्य झाली. तो म्हणाला,

'मी येतो.'

कोणी काही बोललं नाही. अभिजित पडद्याबाहेर आला आणि त्याच वेळी म्हाताऱ्याचे शब्द त्याच्या कानांवर आले :

'रेशम, घरात कोणी नसताना परक्या माणसाबरोबर बोलत बसणं आपल्या घराचा रिवाज नाही. या घरची इज्जत फार मोठी आहे.'

अबोली कशीबशी म्हणाली,

'गलती हुई. माफ करना.'

'ठीक आहे. परत असली गलती करू नको. मला किंवा रशीदला असलं वागणं मुळीच खपणार नाही.'

पुढचं ऐकायला अभिजित थांबलाच नाही.

अभिजित गाडीत येऊन बसला. नारायणनं विचारलं,

'साहेब, गाडी कुठं घेऊ? आपण इथंच कुठंतरी जेवू आणि मुक्कामाला मंगेशीला जाऊ.'

दुसरे दिवशी स्नान आटोपून अभिजित तयार झाला. तोवर केशवभटजी आला. त्यानं सांगितलं,

'सारी तयारी झालेय्. आपण अभिषेकाला चलावं.'

अभिषेक आटोपून परत येताना अभिजितच्या मागे सुरंगीच्या माळा घेतलेल्या दोन मुली धावल्या. अभिजितनं दोन माळा घेतल्या. एक भटजीच्या हाती देत तो म्हणाला,

'ही देवाला घाला.' आणि दुसरी माळ हातात घेऊन तो सरळ चंपावतीच्या घरी आला. एका पोक्त माणसानं दार उघडलं.

'कोण हवं?'

अभिजितनं आपली ओळख करून दिली.

'मी अभिजित देशपांडे... मुंबईचा बॅरिस्टर.'

बॅरिस्टर म्हणताच त्या दाराशी असलेल्या माणसाचे डोळे लकाकले. तो

गडबडीनं म्हणाला,

'या. आत या ना.'

'नको. मला मुंबईला निघायचं आहे. आपल्या घरी देवघर आहे ना?'

'हो. आहे ना.'

ती सुरंगीची माळ त्याच्या हाती देत अभिजित म्हणाला,

'ही माळ देवाला घाला.'

–आणि एवढं बोलून तो सरळ आपल्या बंगल्यावर आला.

बंगल्यावर येताच त्यानं नारायणला सांगितलं,

'नारायण, केशवभटजींना बोलावतोस?'

'जी.' म्हणत नारायण वळला.

थोड्याच वेळात केशवभटजी लगबगीनं आला.

अभिजित म्हणाला,

'भटजी, माझं थोडं काम आहे.'

'सांगा ना?'

'मला हे घर विकायचं आहे. कोणी गिऱ्हाईक मिळेल?'

'काय अपेक्षा आहे?' भटजींनी विचारलं.

अभिजित हसून म्हणाला,

'अपेक्षा कसली? जी किंमत येईल, ती येईल.'

केशवभटजीला काही बोलवत नव्हतं. धीर करून तो म्हणाला,

'मी हे घर घेतलं, तर?'

'त्याइतका आनंद नाही. आयुष्यभर मंगेशाची सेवा केलीत. ते मी विसरलो नाही.'

'पण किंमत?'

'म्हटलं ना, तुम्ही म्हणाल, ती.'

'मी दरिद्री ब्राह्मण. माझ्याजवळ एवढा पैसा कुठला? आपण दिलंत, तर पंचवीस हजाराला घेईन.'

'मान्य आहे.'

त्या होकारानं केशवभटजी थक्क झाला. तो मनातून लाजला होता. धीर करून म्हणाला,

'साहेब, एवढी रक्कम माझ्यापाशी नाही. आता मी दहा हजार देईन. मंगेशाची शपथ घेऊन सांगतो. पुढच्या वर्षाच्या आत पंधरा हजार फेडीन.'

अभिजित मनापासून हसला. तो म्हणाला,

'कपडे करून या. आपण पणजीला जाऊ. आजच खरेदीखत करून टाकू.'

केशवभटजीच्या डोळ्यांतून अश्रू ओघळले. तो अभिजितच्या पाया पडू लागला. अभिजित त्याला थांबवत म्हणाला,

'भटजी, तुम्ही आशीर्वाद द्यायचे. ते आम्ही घ्यायचे.'

संध्याकाळी पणजीहून आल्यानंतर अभिजितनं बंगल्याच्या किल्ल्या केशवभटजीच्या हाती दिल्या आणि भटजीला तो म्हणाला,

'भटजी, येतो मी.'

अभिजित बंगल्याच्या पायऱ्या उतरून खाली आला. शेवटच्या पायरीजवळ तो थांबला. त्यानं पायरीला वाकून नमस्कार केला. क्षणभर थांबून त्यानं बंगल्याकडे पाहिलं. दुसऱ्याच क्षणी तो वळला. सरळ गाडीत येऊन तो बसला. नारायणकडे न बघता तो म्हणाला,

'मुंबई.'

गाडी वाटेला लागली. अभिजितला आता नारळीच्या बागा, भाताची खाचरं काही दिसत नव्हतं.

घाट चढत असता गाडी थांबली.

'काय झालं?' अभिजितनं विचारलं.

'काही नाही, साहेब. आपण नेहमी इथं थांबता, म्हणून गाडी थांबवली.'

अभिजितनं एक नि:श्वास सोडला. म्हणाला,

'बरं केलंस.'

दार उघडून तो बाहेर आला. घाटाच्या कडेला एक कातळ होता. ती त्याची नेहमीची बसण्याची जागा. तिथून खोल दरीतलं शांतादुर्गाचं मंदिर नजरेत येत होतं. उंच वृक्षांनी वेढलेली ती दरी मन मोहवत होती. नारायणनं नेहमीच्या सवयीनं व्हिस्कीची बाटली आणि सोडा आणून दिला.

व्हिस्कीचे घोट घेत अभिजित बसला होता. पण त्याचं मन शांत नव्हतं.

आता गोव्याचा संबंध कायमचा सुटला होता.

वरती निरभ्र निळंभोर आकाश होतं.

आकाश!

आकाश आता मोकळं झालं होतं.

✦

५

शेवटचा शिवाजी

नगरच्या किल्ल्यावर थंडीचं ऊन तापत होतं. वाऱ्याचा मागमूसही नव्हता. सारा किल्ला शांत होता.

किल्ल्याच्या एका बाजूला असलेल्या छोट्याशा बंगलीच्या बाहेरच्या सोप्यात ग्रीन खाटल्यावर बसून होता. ग्रीनच्या अंगावर सैनिकी पोशाख होता. कमरेला आवळलेल्या पट्ट्यात हंटर अडकवलेला होता. हातातला हातभर लांबीचा जाडजूड दंडुका दोन्ही हातांत खेळवत ग्रीन तापत्या उन्हाकडे बघत होता. त्याची गोरी कातडी त्या उष्म्यानं घामेजली होती.

त्रस्तपणे ग्रीन उठला आणि खिडकीजवळ आला. त्यानं खिडकीच्या लोखंडी गजांवर हातातला दंडुका आपटला. आपली घारी नजर बारीक करून त्यानं आत पाहिलं.

आतल्या पलंगावर बसलेल्या महाराजांची तंद्री त्या दंडुक्याच्या आवाजानं भंगली नाही.

पलंगावर मांडी घालून बसलेल्या महाराजांची नजर आढ्याकडे होती. बोडक्या मस्तकावरचे केस मानेवर रुळत होते. गौरवर्णाच्या चेहऱ्यावर कोवळी दाढी वाढली होती. अंगावरचा रेशमी कुडता सुरकुतला होता. पांढरी इरापी विजार चुरगळून गेली होती.

ग्रीननं परत एकवार आपल्या हातातल्या दंडुक्यानं खिडकीच्या गजांवर आवाज केला. पण महाराजांची नजर वळली नाही.

त्या आवाजानं डुलकी घेत असलेला मल्हारी उठला. खिडकीजवळ आला. ग्रीनकडे भयभीत नजरेनं बघत त्यानं विचारलं,

'काय झालं, साहेब?'

'कुछ नहीं.' म्हणत ग्रीन खिडकीपासून दूर झाला.

त्याच वेळी ग्रीनची नजर बंगलीकडे येणाऱ्या तिघांवर खिळली.

ग्रीनने निरखलं.

येणाऱ्या व्यक्तींमधल्या पुढे चालणाऱ्या किल्ल्याच्या अधिकाऱ्याला त्यानं ओळखलं. त्याच्यामागून येणाऱ्या दुसऱ्या दोन्ही व्यक्ती अनोळखी होत्या. अधिकाऱ्यामागून येणारा पुरुष राजघराण्यातला वाटत होता. त्याच्याबरोबरची स्त्री किमती वस्त्र परिधान केलेली होती. डोईवरचा पदर सावरत ती चालत होती.

बंगलीच्या समोर येताच ग्रीनने सर्वांना निरखलं.

किल्ल्याचा गोरा अधिकारी ग्रीनकडे बघून हसला.

ग्रीननं विचारलं,

'कोण आहे, साहेब?'

अधिकारी हसत म्हणाला,

'ग्रीन, हे दिनकररावजी सावर्डेकर. महाराजांचे वडील आणि ह्या महाराजांच्या मातोश्री. महाराजांना भेटण्यासाठी आले आहेत.'

ग्रीनचा उग्र चेहरा एकदम बदलला. त्याच्या चेहऱ्यावर स्मित उमटलं. तो म्हणाला,

'भेटून काही फायदा नाही.'

'मतलब?' दिनकररावांनी विचारलं.

ग्रीन त्याच स्मितवदनाने म्हणाला,

'दिनकररावजी, महाराजांची अवस्था आता कोणालाही ओळखण्याच्या पलीकडे गेली आहे.'

दिनकररावांची नजर नकळत आईसाहेबांच्याकडे गेली.

आईसाहेबांचे डोळे अश्रूंनी डबडबले होते. त्यांना हुंदका आवरला नाही.

अधिकारी ग्रीनला म्हणाला,

'ग्रीन, दरवाजा उघड.'

पण ग्रीन जागेवरून हलला नाही. मख्खपणे तो म्हणाला,

'माफ करा, तुम्हांला बाहेरूनच भेटावं लागेल.'

'कारण?'

'परवानगी नाही.' ग्रीन वळत म्हणाला. त्यानं आपल्या हातातला दंडुका खिडकीकडे दाखवला. म्हणाला, 'या खिडकीमधून पाहावं लागेल.'

हताशपणे दिनकररावजी म्हणाले,

'ठीक आहे!'

दिनकररावजी आईसाहेबांच्यासह खिडकीजवळ आले.

आतलं दृश्य बघून दोघांच्याही जिवाची घालमेल झाली. हुंदका आवरत आईसाहेबांनी कशीबशी हाक दिली.

'नारायणऽऽ'

त्या शब्दांनी पलंगावर मांडी घालून बसलेल्या महाराजांची तंद्री भंगली. आढ्याकडे लागलेली नजर क्षणात खिडकीकडे वळली. त्यांनी खिडकीबाहेर उभ्या असलेल्या माता-पित्यांना पाहिलं. क्षणभर त्यांच्या नजरेची उघडझाप झाली. आणि बसल्या जागेवरूनच ते दोघांना बघत राहिले...

...तुमचा कोणता अपराध आम्ही केला होता, म्हणून आम्हांला तुम्ही तुमच्या मांडीवरून ढकलून दिलंत?
तुम्हांला राजघराण्याचा मोह होता.
त्या मोहापोटी नऊ वर्षांच्या कोवळ्या पोराला दूर लोटताना तुमच्या आतड्याला पीळ कसा पडला नाही?
पुरुष म्हणून आबासाहेबांनी आपलं मन घट्ट केलं असेल.
पण आईच्या मनानं विरोध का केला नाही?
कसल्या मोहानं तिला झपाटलं?
राजघराण्यातलं राजकारण माहीत नव्हतं ना?
माहीत नव्हतं, तर आता समजून घ्या.
आमची अवस्था उघड्या डोळ्यांनी पाहा.
राजघराण्यातलं राजकारण कळेल!
पण ते कळून आता तुम्ही काय करणार?
मला घरी न्याल? तुमचा बाळ म्हणून? नारायण म्हणून!!
नाही!
दत्तक देणं फक्त तुमच्या हाती होतं. परत घेणं तुमच्या हाती नाही.
तसा प्रयत्न केलात, तर...
तर तुम्हांलाही वेडे ठरवतील.
वेडे!

बघता-बघता महाराजांच्या एकटक नजरेत एक चमक उठली आणि पलंगावर बसलेले महाराज खदखदून हसत ताडकन उठले. खिडकीनजीक येत त्यांनी दोघांना निरखलं. ओरडले,
'कोण हवंय्? कोण तुम्ही?'
महाराजांची ती अवस्था बघून सुन्न झालेल्या आईसाहेबांचे दोन्ही हात कानांवर गेले. डोळ्यांतले अश्रू खळकन गालांवरून ओघळले. त्यांनी कापऱ्या आवाजात विचारलं,
'नारायणा, आम्हांला ओळखलं नाहीस?'

–आणि हे बोलत असतानाच त्यांच्या डोळ्यांपुढे अंधारी आली. खिडकीला धरलेल्या हातातलं बळ गेलं. क्षणात त्या खाली कोसळल्या.

महाराज बघत होते. क्षणभर त्यांची नजर चलबिचल झाली. त्याच नजरेनं त्यांनी बाहेरचा गोंधळ पाहिला. एक दीर्घ निःश्वास सोडून ते परत आपल्या पलंगावर येऊन बसले. नजर परत आढ्याकडे वळली.

'महाराज–'

महाराजांनी नजर न वळवताच विचारलं,

'काय, मल्हारी?'

मल्हारी अदबीनं महाराजांच्या समोर उभा राहिला.

'महाराज, निदान आईसाहेबांशी तरी दोन शब्द बोलायचे होते.'

निःश्वास सोडून महाराजांनी मल्हारीवर नजर वळवली.

'मल्हारी, त्यानं काय साधलं असतं?'

'माउलीला थोडं बरं वाटलं असतं. त्यांची अवस्था पाहिलीत ना? शुद्धीवर आल्या आणि त्यांनी तुमच्या नावानं हंबरडा फोडला. परत जाताना त्यांची कोण घालमेल चालली होती!'

'मल्हारी, एक विचारू?'

'असं काय म्हणता, महाराज?'

'मल्हारी, आम्ही बोललो असतो. आम्ही वेडे नाही, हे त्यांना पटलं असतं, तर त्यांनी आम्हांला घरी परत नेलं असतं?'

'कसं शक्य आहे, महाराज?'

'शक्य नाही ना? मल्हारी, आता आमचं हे वेड वाढत राहणार आहे. आमची सुटका एक परमेश्वरच करील. मल्हारी, त्या ग्रीनचा हंटर आमची अखेरपावेतो सोबत करील. त्याच्या लाथा-बुक्क्यांतून सोडवायला कोणी पुढे येऊ धजणार नाही. जा, मल्हारी, मला शांतपणे बसू दे. तू वाईट वाटून घेऊ नकोस. टिळक-आगरकर असेच आमच्या मदतीला धावले आणि इंग्रजांच्या रोषाला बळी पडले. चार महिन्यांचा कारावास आमच्यासाठी ओढवून घेतला. आमच्या कुंडलीतच लिहिलं असेल, तर त्याला कोण काय करणार?'

बोलता-बोलता महाराज खदखदून हसले. मान डोलवून त्यांनी डोळे मिटले. मल्हारी सावकाश पावलानं गेल्याचं त्यांना जाणवलं. मिटल्या डोळ्यांसमोर अंधार पसरला. त्या अंधारात महाराज काहीतरी शोधत होते....

'नारायण!'

किती वर्षांनी कानांवर नाव पडलं!

आईसाहेबांनी मारलेली ती हाक.
आईसाहेब!
आईसाहेब, आम्ही क्षमा मागतो!!

आईसाहेबांच्या मांडीवर विसावण्यात केवढं सुख होतं!

दुपारचा समय. आईसाहेबांच्या मांडीवर नारायण बसला होता. त्याच वेळी खांद्यावरचं उपरणं सावरत आलेल्या व्यक्तीनं आईसाहेबांना मुजरा केला. आईसाहेब म्हणाल्या,

'या, शास्त्रीजी, तुमचीच वाट पाहात होतो आम्ही.'

शास्त्रीजी हसले. आईसाहेबांच्या मांडीवर बसलेल्या नारायणाकडे बघत शास्त्रीजी बैठकीवर बसले. घसा खाकरून म्हणाले,

'आईसाहेब, गेले दोन दिवस आम्ही बाळराजांची कुंडली अभ्यासत होतो.'

शास्त्रीजींच्याकडे बघत आईसाहेबांनी आतुरतेने विचारलं,

'शास्त्रीजी, बाळराजांची कुंडली ऐकायला आम्ही आतुर आहो.'

'आईसाहेब, आम्ही सांगतो, त्यावर विश्वास ठेवा. थोडक्यात सांगायचं झालं, तर असं सांगेन, 'बाळांना राजयोग आहे.' '

आईसाहेब पटकन बोलल्या,

'सरदारपुत्राला राजयोग! शास्त्रीजी, आपल्या स्पष्टवक्तेपणाची ख्याती आहे. पण आमच्या सरदार घराण्याचा आदर मनात बाळगून आपण हे बोलता आहात काय?'

'नाही, आईसाहेब! मला तसं काही सत्य उच्चारण्याचं बळ राहिलं नसतं, आपल्या घराण्याच्या भीतीपोटी काही लपवायचं असतं, तर मी आपल्यासमोर आलो नसतो. कुणाला खूश करण्यासाठी म्हणून आजवर मी कधीच असत्याची कास धरली नाही. आईसाहेब, मी सांगतो, त्यावर विश्वास ठेवा. कुंडलीतला राजयोग लपू शकत नाही.'

विश्वासानं वर्तवलेल्या शास्त्रीजींच्या भविष्यवाणीनं आईसाहेबांचा चेहरा प्रसन्न झाला.

गेले सहा-सात महिने ही धावपळ चालली होती. कोल्हापूरच्या दत्तकविधानासाठी सात मुलांची परीक्षा अत्यंत काटेकोरपणानं चालली होती. आठ-नऊ वर्षांच्या नारायणचा विचारही त्यात होत होता.

सुखस्वप्नात दंग झालेल्या आईसाहेब एकदम भानावर आल्या. समोर उभ्या असलेल्या स्वारींना बघून त्यांनी मांडीवर विसावलेल्या नारायणाला दूर करत

उठण्याचा प्रयत्न करीत असता त्यांच्या कानांवर शब्द आले,

'राणीसाहेब, बाळराजांना उठवू नका. आता तुमच्या मांडीवर बसण्याचं सुख त्यांना फार काळ लाभणार नाही.'

चकित झालेल्या आईसाहेबांनी दिनकररावांच्याकडे पाहिलं.

दिनकररावांचा सारा चेहरा प्रसन्नतेनं फुलला होता. ते म्हणाले,

'राणीसाहेब, आपल्या बाळराजांचे ग्रह मोठे उच्चीचे आहेत. पोलिटिकल एजंट अंडरसनच्या शिफारशीनं सकवारबाई राणीसाहेब, ताराबाई राणीसाहेब यांच्यांत एकमत झालं. सर्वानुमते आपल्या नारायणचं नाव गादीसाठी निश्चित झालं. जगदंबेच्या कृपेनं आपले बाळराजे छत्रपती होताहेत. आता फार अवधी नाही. कोल्हापूर मुक्कामी एकमतानं यावर शिक्कामोर्तब झाला. ही आनंदाची वार्ता तुम्हांस सांगण्यासाठी एवढी घोडदौड करून आलो.'

क्षणात आईसाहेबांचे डोळे डबडबले. मांडीवर बसलेल्या नारायणाचे त्या पटापट मुके घेत होत्या. समोर बसलेल्या शास्त्र्यांचंही भान त्यांना उरलं नव्हतं.

त्यानंतर दीड-दोन महिने कसे गेले, ते कळलं नाही. दत्तकविधान समारंभासाठी विजयादशमीचा मुहूर्त निश्चित झाला होता. फलटण-राजाराम महाराजांच्या थोरल्या राणीसाहेबांचं माहेर. दत्तकविधान समारंभ फलटणलाच निश्चित करण्यात आला आणि विजयादशमीला घरचा सण सोडून मिरज, कोल्हापूर, फलटणचे जहागीरदार, सरदार, मानकरी गर्दी करते झाले. थोरल्या राणीसाहेब ताराबाई यांच्या मांडीवर नारायणला देऊन दत्तकविधान झाले. नारायणरावांचे चौथे शिवाजी म्हणून नामाभिधान झाले...

'महाराजऽ'

नजीक आलेल्या मल्हारीनं अदबीनं हाक मारली. त्या हाकेनं महाराज भानावर आले.

अंधार पडत होता. बाहेरच्या सोप्यात दिवे लावले जात होते. मल्हारीने खोलीतला दिवा लावला होता. रॉकेलच्या त्या मिणमिणत्या दिव्याच्या उजेडात मल्हारी समोर उभा होता. महाराजांची नजर वळताच मल्हारी म्हणाला,

'महाराज, दिवेलागण झाली.'

'हं!'

'महाराज, दुपारपासून बसून आहात. थोडं फिरावं.'

महाराज खिन्नपणे हसले. म्हणाले,

'मल्हारी, आमचं फिरणं चालू आहे.'

'असं का म्हणता, महाराज?'

'मल्हारी, तुला खोटं वाटतं? खरं तेच सांगतो आम्ही. आमचं फिरणं सुरू चालूच आहे.'

'महाराजऽऽ'

मल्हारीच्या भयचकित उद्गारानं महाराज परत हसले. मल्हारीकडे न पाहता म्हणाले,

'मल्हारी, तू आमचा एकनिष्ठ सेवक. जगाला वाटतं, आम्ही वेडे आहोत. मल्हारी, आमच्या या शब्दांनी तुला शंका येते का?'

'नाही, महाराज.'

'मल्हारी, आम्ही ताराऊ आईसाहेबांच्या मांडीवर दत्तक गेलो. चौथे शिवाजी महाराज म्हणून गादीचे वारस बनलो. ताराऊ आईसाहेबांच्या मायेनं आम्ही आमची जन्मदात्री आई विसरलो आणि अचानकपणे ताराऊ आईसाहेबांचा काळ झाला. धाकट्या आईसाहेबांनी आमचा दुस्वास चालू केला. आम्हांला काहीच कळू शकलं नाही. पण जेव्हा कळू लागलं, तेव्हा सारं आमच्या हाताबाहेर गेलं होतं. आमचे हात थोटे झाले होते.'

'महाराजऽ'

'घाबरू नको, मल्हारी. आता आमच्या नशिबी एकच राहिलंय्. ग्रीनसाहेबाचा मार सोसणं! सोसवत नसला, तरी घेतला पाहिजे.'

मल्हारी खालमानेनं उभा होता. महाराजांची नजर खिडकीतून बाहेर गेली. क्षणभर त्यांच्या मुखावर प्रसन्न भाव उमटले. ते एकदम म्हणाले,

'मल्हारी.'

'जी, महाराज.'

'बाहेर ग्रीनसाहेब असतील.'

'जी.'

'त्यांना एक विचारशील?'

'जी.'

'आम्हांला बाहेर थोडं हिंडावंसं वाटतं. बाहेर चांदणं आहे ना?'

'जी.'

'चांदणं अंगावर घेऊन खूप दिवस झाले. ग्रीनसाहेबांनी उपकार केले, तर आम्ही थोडं फिरावं, म्हणतो.'

'जी...' म्हणत मल्हारी बाहेर आला.

ग्रीन आपल्या जागेवर आरामात बसला होता. मल्हारी त्याच्या समोर जाऊन म्हणाला,

'साहेब, महाराजांची एक इच्छा आहे.'

'बोल.'

'महाराजांना थोडं चांदण्यात फिरावंसं वाटतं.'

ग्रीन बसल्या जागेवरून ताडकन उसळला,

'नोऽऽ!'

'ऐकावं, साहेब.'

'नोऽऽ' ग्रीन ओरडला, 'आम्हांला तसा हुकूम नाही. परत विचारू नको.'

मल्हारी हताशपणे माघारी वळला. काही न बोलता तो महाराजांच्या समोर खालमानेनं उभा राहिला.

महाराज मल्हारीकडे बघून खदखदून हसले. म्हणाले,

'मल्हारी, आम्ही ऐकलं. आता आमच्या आयुष्यात फक्त अमावास्या असताना आम्ही चांदण्याची अपेक्षा का करावी? आणि ती आम्हांला लाभेल तरी कशी? तू वाईट वाटून घेऊ नको. एकाच्या आयुष्यात चांदणं आलं, पण ते स्वप्नाळू! आणि दुसऱ्याच्या आयुष्यात काळोख आला, तो त्यात बुडून जाण्यासाठी!'

'महाराज, कोणाबद्दल बोलता हे?'

'कोणाबद्दल? मल्हारी, लहानपणीच राणीसाहेब आमच्या जीवनात आल्या. सुरेख रूप घेऊन. विनयशील होत्या त्या. आज कोठे आणि काय भोगत असतील, कोणास ठाऊक!'

'महाराजांनी काळजी करू नये. राणीसाहेब सुखरूप असतील.'

'दोन वेळचं अन्न, कपडालत्ता आणि निवारा मिळाला, म्हणून माणूस काय सुखरूप असतो? नाही, मल्हारी, या राजकारणात दोन जीवांची पुरी ससेहोलपट झाली, बघ.'

'ससेहोलपट?'

'नाहीतर काय? एका शहाण्या माणसाला वेडा ठरवला आणि दुसरी शहाणी असून तिला आमच्यापासून वेगळं केलं गेलं. का? तर आम्ही वेडे ना! आमची मुलंही वेडी होतील! हे कारण. दोन चांगल्या जीवांना या वेड्या माणसांनी वेडं ठरवलं आणि भोगणं एवढंच आमच्या नशिबी आलं. कुठं असतील त्या? काय करत असतील?'

महाराज मोठ्यानं हसले.

त्यांना सावरत मल्हारी म्हणाला,

'महाराज, सावध व्हा! सावध व्हा!!'

महाराज एकदम थांबले. म्हणाले,

'आम्ही बेसावध केव्हा होतो? या सावधगिरीनं तर आमचा सर्वनाश केला.

पटावर फक्त राजा, वजीर असतो. पण राणी नसते. जेव्हा राजाचं प्यादं उधळलं गेलं, तेव्हाच राणी संपली नाही का? मल्हारी, आम्हांला थकवा आला आहे. आम्ही झोपतो.'

महाराज पलंगावर कलंडले. मल्हारीनं त्यांच्या पायांवर पांघरूण घातलं. एक दीर्घ उसासा सोडून महाराजांनी डोळे मिटले. मिटल्या डोळ्यांनी महाराज बघत होते–

छत्रपती म्हणून महाराजांनी कोल्हापूरच्या राजवाड्यात प्रवेश केला आणि दुसऱ्या दिवसापासूनच महाराजांची दिनचर्या सुरू झाली. महाराजांच्या शिक्षणावर देखरेख करण्यासाठी वेस्ट होते. प्रत्यक्ष शिक्षण देण्याची जबाबदारी यशवंत वासुदेव आठल्ये यांनी पेलली होती. महाराजांच्या संगतीत अनेक सरदारपुत्र होते. त्यांना राहण्यासाठी म्हणून महाराजांच्या बंगल्याशेजारीच इमारत बांधली गेली.

महाराजांना त्यांचे गार्डियन इंग्रजी शिकवीत. शालेय शिक्षणाबरोबरच त्यांना घोड्यावरून रपेट, मैदानी खेळ, नेमबाजी या सर्व प्रकारच्या शिक्षणाचा सराव दिला जात होता. भौगोलिक परिस्थितीची जाणीव व्हावी, म्हणून चार-दोन महिन्यांतून संस्थान आणि संस्थानाबाहेर सहली घडवल्या जात होत्या. सांगली, मिरज, कुरुंदवाड, मुधोळ, विशाळगड, भुदरगड, रांगणा, आजरा, आंबोलीचा डोंगराळ भाग या साऱ्या मुलुखांतून महाराजांचा प्रवास घडत होता. डोंगरमाथ्यावरचे किल्ले आणि पश्चिम घाटातल्या दऱ्यांचं दर्शन महाराजांना घडत होतं. हे असं फिरणं चालू असता शककर्ते शिवछत्रपतींच्या जीवनाचं चित्र त्यांच्यासमोर उभं केलं जात होतं. शिवछत्रपतींच्या जीवनचरित्रानं महाराजांचे डोळे दिपत होते. त्यांच्या प्रतिपच्चंद्रलेखेव मुद्रेचा अर्थ स्पष्ट दिसत होता. शिवरायांचे कैसे बोलणे, शिवरायांचे कैसे चालणे हे समजून घेण्याचा प्रयत्न करीत असता अथांग सागराचं दर्शन महाराजांना घडत होतं.

–आणि एक दिवस बढती मिळालेले जुने कारभारी बर्वे महाराजांच्या सामोरे आले. महाराजांना मुजरा करून म्हणाले,

'महाराज, पुढील महिन्यात दिल्लीला महाराणी व्हिक्टोरिया येताहेत. त्यानिमित्त मोठा दरबार होणार आहे. आपणांस तयारी करायची आहे.'

महाराजांनी विचारलं,

'करवीरवासीयांना दुष्काळानं वेढलं असता आम्ही दिल्ली दरबारला जावं, असं तुम्हांला वाटतं?'

बर्वे हसले. म्हणाले,

'महाराज, आपण इथं राहण्यानं दुष्काळ निवारण होणार आहे थोडाच? पण ही संधी पुन्हा येणार नाही.'

महाराज ताडकन् म्हणाले,

'बर्वेसाहेब, आपण जाणती माणसं. प्रजा राखली, तर आम्ही राहू, हे आपल्या ध्यानी यायला हवं. दिल्ली दरबारची किंमत आमच्या प्रजेपुढे आम्ही कवडीसमान समजतो. या दुष्काळानं केवढं उग्र स्वरूप धारण केलं आहे! अशा अवस्थेत त्यांना राखणं आमचं कर्तव्य आहे.'

नाराजी न दाखविता बर्वे म्हणाले,

'ठीक आहे, महाराज. आपले विचार आम्ही मुंबईच्या गव्हर्नरना कळवतो.'

त्यानंतर महाराज ही गोष्ट विसरून गेले. दुष्काळी कामावर लक्ष केंद्रित करून त्यांनी संस्थानात अनेक ठिकाणी अन्नछत्रे घातली. दुष्काळ निवारण्याची कामे तातडीनं सुरू करण्यात आली. प्रत्येक गोष्टीकडं महाराजांचं जातीनिशी लक्ष होतं.

एक दिवस धाकट्या राणीसाहेबांनी महाराजांना तातडीनं निरोप धाडला. महाराज धाकट्या राणीसाहेबांच्या महाली आले. राणीसाहेबांच्या महाली पोलिटिकल एजंट, बर्वे, आबासाहेब घाटगे ही सारी मंडळी होती.

महाराजांनी धाकट्या राणीसाहेबांना मुजरा केला आणि त्यांच्या नजीकच्या आसनावर बसले. सकवारबाई राणीसाहेब म्हणाल्या,

'राजे, आपल्या संस्थानाचा विचार करण्याची वेळ आता आली आहे.'

महाराज गोंधळून विचारते झाले,

'आईसाहेब, आम्ही समजलो नाही.'

'समजून घेतलं, तर जरूर समजेल.' धाकट्या राणीसाहेब खोचकपणे म्हणाल्या, 'तुम्ही कोणाचाही सल्ला विचारात घेत नाही. अशा वागण्यानं दिल्ली सरकारचा रोष झाला, तर संस्थानावर संकट येईल, हे तुम्ही ध्यानी घ्यायला हवं.'

महाराजांनी समोर बसलेल्या सर्वांवरून नजर फिरवली आणि राणीसाहेबांच्या नजरेला नजर देत त्यांनी विचारलं,

'आईसाहेब, आमच्याकडून काही प्रमाद घडला असेल, तर जरूर सांगावा.'

'हो! त्यासाठीच आम्ही तुम्हांला बोलावलं.' क्षणभर थांबून राणीसाहेब म्हणाल्या, 'राजे, दुष्काळ काही एकट्या करवीर संस्थानात अवतरला नाही.

साऱ्या दक्षिणेत पडला आहे. हे संकट निवारण्यासाठी गव्हर्नरसाहेब जातीनं लक्ष घालत आहेत. आपल्या संस्थानाला दोन वेळा गव्हर्नरसाहेबांनी भेट दिली.'

'खरं आहे!' महाराज म्हणाले.

'याचा नतीजा काय होईल?' राणीसाहेबांनी विचारलं.

'काय होईल?'

'ऐका, बर्वे!' राणीसाहेब ताडकन् म्हणाल्या. 'आमचे राजे नतीजा विचारतात.'

अनपेक्षितपणे राणीसाहेबांनी बर्व्यांना विचारताच ते थोडेसे गडबडले. म्हणाले, 'गव्हर्नरसाहेबांना खूश करण्याची संधी गेली.'

महाराज आसनावरून ताडकन उठले. संतापानं म्हणाले,

'या दुष्काळात प्रजेची हालत काय झाली आहे, हे पाहता आहात. अन्नान्न दशा होऊन प्रजा मरते आहे. त्यांचे रक्षणकर्ते म्हणवून घेणारे आम्ही मेजवान्यांत दंग राहावं! जगदंबा आम्हांला कधीच क्षमा करणार नाही. ज्यांच्या नावानं आम्ही गादी सांभाळतो, त्यांचा विसर पडू नये, म्हणून कवड्यांची माळ आम्ही आदरानं बाळगतो. या युरोपियन साहेबांना खूश करण्यासाठी प्रजा मारणं आमच्या स्वभावात नाही. प्रसंग पडला, तर आम्ही त्यांच्या रोषाचे धनी होऊ. आम्ही राजे कधीच नाही. संस्थान प्रजेचं आहे. इथली प्रत्येक वस्तू प्रजेची आहे, याचा विसर आम्ही कधीच पडू देणार नाही आणि तुम्हीही पडू देऊ नये.'

संतापानं बेभान झालेले महाराज वळले आणि महालाबाहेर निघून गेले.

महालात काही क्षण स्तब्धता पसरली.

त्या शांततेचा भंग आबासाहेब घाटग्यांनी केला. खाकरून ते संथपणाने म्हणाले,

'महाराजांच्या या स्वभावानं एक दिवस या संस्थानाचे हक्क गमवावे लागतील.'

राणीसाहेबांचा चेहरा संतापाने नुसता फुलला होता. त्या निग्रही स्वरात म्हणाल्या,

'आम्हांला आमचा विचार करण्याची वेळ आली आहे.'

–आणि राणीसाहेब तरातरा आत निघून गेल्या.

त्यानंतर राजवाड्यातल्या राजकारणाला वेगळीच कलाटणी मिळाली होती. महाराजांनी घेतलेले निर्णय फिरवले जात होते. महाराज क्षणाक्षणाला संतापत होते. पण काही करू शकत नव्हते.

पंधरा-वीस दिवसांच्या अवधीतच महाराजांची अवस्था पार बिघडली होती.

एक दिवस आपल्या महाली दुपारी अस्वस्थपणे येरझाऱ्या घालणाऱ्या महाराजांना मल्हारी म्हणाला,

'महाराज, एक गोष्ट बोलू?'

येरझाऱ्या घालणारे महाराज थांबले. निःश्वास सोडून म्हणाले,

'बोल.'

'महाराज, आपल्या विरुद्ध कट शिजतो आहे.'

महाराजांची नजर मल्हारीवर स्थिरावली. त्या शांत नजरेनं मल्हारी अस्वस्थ झाला. काही क्षण ती शांत नजर मल्हारीवर स्थिरावली होती. बघता-बघता महाराज एकदम हसले. हसणं ओसरताच ते शांतपणे म्हणाले,

'मल्हारी, आम्हांला साऱ्या गोष्टी कळताहेत. पण आमचे हात चारी बाजूंनी बांधले गेले आहेत. या दुष्काळात होरपळणारी आमची प्रजा उघड्या डोळ्यांनी बघत बसण्यापलीकडे आम्ही काही करू शकत नाही. आमच्या हाती सत्ता असती, तर सारा खजिना मोकळा करून हा दुष्काळ निवारला असता. हे वाडेहुडे विकून प्रजा राखली असती. पण... पण यांपैकी आम्ही काहीच करू शकत नाही. तो पोलिटिकल एजंट, तो बर्वे निर्णय घेतात. आमच्या निर्णयाला मोल नाही...'

बोलता-बोलता महाराज एकदम थांबले. त्यांच्या मुखावर एक वेदना प्रकटली. एक दीर्घ निःश्वास सोडून ते म्हणाले,

'मल्हारी, आम्हांला ह्या साऱ्या गोष्टींचा उबग आला आहे. हे सारं सोडावं, आणि आपलं घर जवळं करावं, असं वाटतं.'

'महाराज, असं बोलू नये.'

'मल्हारी, हे बोलण्याखेरीज आमच्या हाती काही उरलं नाही. पण हेही सत्य आहे, आमची अवस्था तालवृक्षासारखी झाली आहे. ना आकाश, ना धरती. अधांतरीच कुठंतरी आम्ही अडकून पडलो आहोत...' बोलता-बोलता महाराज एकदम थांबले. त्यांच्या मुखावर उमटलेली चिंता मल्हारी बघत होता.

राजवाड्यात घडत असलेल्या घटनांची महाराजांची बेचैनी वाढत होती. शक्य तेवढा संयम पाळण्याचा ते प्रयत्न करीत होते. जवळची माणसं अकारण दूर जात होती. हा वाढता दुरावा महाराजांना कळत होता. खुद्द पत्नी आनंदीबाई दोन-दोन सप्ताह दृष्टीस पडत नव्हत्या.

सकाळची वेळ. आपल्या महालात महाराज बसले होते. मल्हारी आत येत म्हणाला,

'महाराज, राणीसाहेब येत आहेत.'

'राणीसाहेब!' महाराज उद्‌गारले. त्यांच्या मुखावर स्मित प्रकटलं. त्यांची

दृष्टी दरवाज्यावर खिळली, आणि काही क्षणांतच जरी शालू नेसलेल्या सालंकृत आनंदीबाई प्रवेश करत्या झाल्या. महाराज पत्नीकडे बघतच राहिले.

लग्नानंतर थोड्याच दिवसांत केवढा फरक पडला होता. मूळच्या गौरकांतीवर सतेजपणा आला होता. लग्नसोहळ्यातही जो लाजाळूपणा दिसला नाही, ती सलज्जता आता मुखावर ओसंडत होती. नजर पायांशी खिळवून सलज्ज उभ्या असलेल्या आनंदीबाईंना बघत महाराज उठले आणि आनंदीबाई पुढे झाल्या. महाराजांच्यासमोर येऊन त्या त्यांच्या पाया पडल्या. महाराज म्हणाले,

'राणीसाहेब, आज दिवस कुणीकडे उगवला?'

आनंदीबाई कशाबशा म्हणाल्या,

'आज वटसावित्री ना! नमस्कार करण्यासाठी आले.'

हसत महाराज म्हणाले,

'निमित्तानं का होईना... आपण आलात.'

बोलता-बोलता महाराजांनी आनंदीबाईंच्या खांद्यावर हात ठेवला आणि स्मित वदनाने म्हणाले,

'राणीसाहेब, आम्ही एकटे असतो. आमचं मन रमत नाही. तुमच्या संगती सारीपाटाचे डाव टाकावे, म्हटलं, तरी तुमची पावलं आमच्या महाली वळत नाहीत.'

आनंदीबाई एकदम म्हणाल्या,

'आईसाहेब परवानगी देत नाहीत.'

महाराजांच्या कपाळी आठ्या उमटल्या. त्यांनी विचारलं,

'आम्हांला भेटायला मज्जाव? धाकट्या राणीसाहेबांचा?'

'जी.'

'कोण समजतात स्वत:ला?' महाराज उफाळले.

आनंदीबाई एकदम भयभीत झाल्या. कशाबशा त्या म्हणाल्या,

'संतापू नयेऽ'

आनंदीबाईंची भयभीत नजर बघून महाराज क्षणात सावरले. म्हणाले,

'घाबरू नका.'

–आणि त्याच वेळी उघड्या दरवाज्यातून आईसाहेब तडक आत आल्या.

महाराजांची नजर आईसाहेबांच्यावर खिळली. आनंदीबाईंच्या खांद्यावर ठेवलेला हात काढण्याचंही भान त्यांना राहिलं नाही.

आईसाहेबांच्या संतप्त नजरेला नजर देऊन महाराज उभे असता आईसाहेब कडाडल्या,

'आमच्यासमोर चाळे करता?'

त्याही अवस्थेत महाराज हसले. त्या हसण्यानं आईसाहेब भडकल्या. तरारा पाय आपटत त्या आनंदीबाईंच्या समोर आल्या. आनंदीबाईंच्यावर आग पाखडत म्हणाल्या,

'आमच्या आज्ञेचं उल्लंघन करण्याची तुला हिंमत झाली कशी?'

'नाही, आईसाहेब–' आनंदीबाई भयभीत होऊन बोलल्या.

'कळतं मला. आम्ही काही दूधखुळ्या नाही. आज दोघांसमोर सांगते. परत माझ्या आज्ञेविना या महाली तुझं पाऊल वळलं, तर हा राजवाडा परत तुला दिसणार नाही. माझं तोंड बघत बसू नको. जा. जा, म्हणते ना!'

त्या शब्दांनी आनंदीबाईंच्या डोळ्यांत खळकन् पाणी आलं. आपले अश्रू लपवत त्या महालाबाहेर पडल्या.

–आणि महाराज वेड्यागत तो मोकळा दरवाजा बघत राहिले...

आमच्या हाती काय राहिलंय्?
उघड्या डोळ्यांनी राणीसाहेबांचा अपमान पाहावा लागतो.
त्यांचे अश्रूदेखील पुसण्याचं बळ राहिलं नाही.

महाराजांचे डोळे भरून आले.

'महाराजऽऽ'
'महाराजऽऽऽ'

मल्हारी महाराजांची अवस्था बघत होता. महाराजांचे डोळे भरून आले होते. मल्हारीला गलबलून आलं. भरल्या स्वरात तो म्हणाला,

'काय झालं, महाराज?'

मान हलवत महाराज म्हणाले,

'काही नाही.'

मल्हारीनं पलंगावरचा पंचा उचलला. महाराजांच्या जवळ जाऊन त्यानं हलक्या हातानं महाराजांचे डोळे टिपले.

महाराज सद्गदितपणे म्हणाले,

'मल्हारी, आम्ही आमच्या माणसांचे अश्रू टिपण्यास असमर्थ ठरलो! आज ते अश्रू अखंडपणे वाहत असतील. पंचगंगेचा पूरही त्यापुढे काही नसेल! मल्हारी...'

'शांत व्हा, महाराज. ज्यानं जन्माला घातलं, तो सांभाळ करायला समर्थ आहे.'

मल्हारीच्या शब्दांनी महाराज खदखदून हसले. हसणं ओसरताच मल्हारीकडे

रोखून पाहत त्यांनी विचारलं,

'आमचा सांभाळ चालला आहे, तसाच ना!'

'महाराज–'

'जाऊ दे, मल्हारी, कोणत्या तरी जन्मीचे भोग आम्ही भोगतो आहोत. त्याला इलाज नाही.'

'महाराज, जेवण आणलंय्.'

'नको, मल्हारी, भूक नाही आम्हांला.'

'असं म्हणू नये, महाराज. दोन घास तरी घ्या.'

महाराज ताड्कन उठले. मल्हारीवर भडकले,

'तूही आमच्यावर हुकमत चालवतोस? नको म्हटलं ना! घेऊन जा.'

मल्हारी हताश होऊन वळला. टेबलावर ठेवलेलं ताट त्यानं उचललं आणि तो बाहेर आला. ग्रीनसाहेबाची नजर चुकवून त्यानं पाऊल उचललं. पण ग्रीननं आवाज दिलाच,

'मल्हारीऽ'

मल्हारी वळला. ग्रीन नजीक आला. त्यानं ताटावरचं झाकण उघडून पाहिलं. नजर मल्हारीवर खिळवत त्यानं विचारलं,

'महाराज जेवले नाहीत?'

'नाही.'

'कारण?'

'भूक नाही, म्हणाले.'

'भूक नाही?' मल्हारीकडे बघत हसून ग्रीन म्हणाला, 'उपोषण करून मरणार आहेत?'

'असं का म्हणता, साहेब?' मल्हारी सावरत म्हणाला.

ग्रीन एकदम भडकला.

'तू एक हरामजादा आणि तुझे महाराज सात हरामजादे! अन्नपाणी सोडून तुझे महाराज या किल्ल्यात मेले, तर त्याचं सारं खापर माझ्या डोईवर फुटेल. चल.'

मल्हारीच्या मागून ग्रीन आत आला. महाराजांच्या पलंगाजवळ येत ग्रीन म्हणाला,

'काय, महाराज, जेवण घेतलं नाही?'

'नाही...' महाराज तुटकपणे म्हणाले.

'कारण?'

'भूक नाही.'

कमरेवर हात ठेवून ग्रीन म्हणाला,

'तुम्हांला जेवावं लागेल.'

'भूक नाही.'

ग्रीनचा आवाज वाढला.

'तुला जेवावं लागेल!'

'भूक नाही.'

'भूक नाही?' ग्रीन उपरोधानं म्हणाला, 'भूक लागेल, असं औषध आमच्याकडे आहे.'

–आणि डोळ्याचं पातं लवतं, न लवतं, तोच ग्रीनच्या हाती कमरेचा हंटर आला. काय होतंय्, हे लक्षात यायच्या आत ग्रीनच्या हातातला हंटर महाराजांच्या पाठीवर फुटला.

त्या मारानं महाराज कळवळले. ते काही बोलणार, तोच ग्रीन ओरडला,

'हरामजादे! भूक नाही काय?'

–आणि परत एकदा महाराजांच्या पाठीवर हंटर फुटला.

कळवळून महाराज म्हणाले,

'मारू नका, साहेब, जेवतो. जेवतो आम्ही...'

ग्रीन हसला. शांतपणे त्याने हातातला हंटर कमरेला अडकवला. मल्हारीकडे पाहून ग्रीन हसला.

खालमानेनं मल्हारी पुढे आला. त्यानं ताट समोर ठेवलं. ताटावरचं झाकण उघडलं.

महाराजांनी ग्रीनकडे न पाहता ताटातला घास उचलला.

ग्रीन बाहेर गेला. मल्हारीला राहवलं नाही. तो सद्‌गदित होऊन म्हणाला,

'महाराज, काय अवस्था झाली ही!'

'मल्हारी, तू वाईट वाटून घेऊ नकोस. आम्हांला या माराची आता सवय झालीय. मल्हारी, तुला आठवतं?'

'काय, महाराज?'

'हवापालट म्हणून आम्हांला राजकोटला नेलं. तिथं बरं नाही वाटलं, म्हणून मुंबईला आणलं. तीन डॉक्टर आमच्यावर इलाज करीत होते. हंट, कूक आणि मर्फी. कसला औषधोपचार, माहीत आहे? आम्हांला काहीच झालं नव्हतं, त्यावर इलाज! आमच्या शरीरात त्यांना कसली औषधं भरायची होती, कुणास ठाऊक. आम्हांला संशय आला, आणि आम्ही औषधं घ्यायला नकार दिला. आणि त्याचा नतीजा काय झाला? त्या डॉक्टर मर्फीनं असाच बेदम मार दिला. लाथा-बुक्क्या! असहाय होऊन आम्ही औषध घेतलं... छत्रपती ना आम्ही!'

'महाराज–'

'मल्हारी, अरे, लाथा-बुक्क्यांच्या कळा कालांतरानं कमी होतील. या हंटरच्या

जखमा भरून येतील... पण...'

महाराज एकदम थांबले. त्यांचा आवाज घोगरा झाला. बघता-बघता डोळे डबडबले. त्यांच्या सर्वांगाला कंप सुटला. अश्रू न पुसता आपले दोन्ही हात छातीवर आपटत ते म्हणाले,

'मल्हारी, आमच्या काळजावर ज्या जखमा झाल्यात, त्या मात्र कधी भरून येणार नाहीत... कधीच भरून येणार नाहीत.'

महाराजांचं खासगी जीवन असं उरलंच नव्हतं. अखंडपणे महाराजांच्यावर नजर होती. महाराज काय करतात, काय बोलतात, हे सारं पाहिलं जात होतं. आणि हे सारं असह्य होऊन महाराजांच्या मनावरचा ताबा सुटत होता. बर्वेसारखा माणूस जरी समोर आला, तरी महाराज एकदम खवळून जात होते.

एक दिवस महाराज मल्हारीला म्हणाले,

'मल्हारी, आईसाहेबांना सांग. म्हणावं, राणीसाहेबांना आम्हांला भेटवा. हवं तर त्यांच्यासंगती तुम्ही या.'

मल्हारी गेला. महाराजांना फार काळ वाट पाहावी लागली नाही. मल्हारी परत आला. आणि खालमानेनं उभा राहिला. महाराजांनी विचारलं,

'काय झालं, मल्हारी?'

'महाराज, राणीसाहेब माहेरी गेल्या आहेत.'

'माहेरी?'

'जी.'

'केव्हा?'

'आठ दिवस झाले.'

'आठ दिवस! आमच्या राणीसाहेब माहेरी गेल्या. आठ दिवस झाले. आणि आम्ही राजवाड्यात असून आम्हांला हे माहीत नाही.'

बोलता-बोलता महाराजांच्या मुठी आवळल्या गेल्या. त्यांनी मल्हारीला विचारलं,

'आईसाहेब कोठे आहेत?'

'आपल्या महाली.'

महाराज आपल्या महालातून बाहेर पडले. तडक त्यांनी आईसाहेबांचा महाल गाठला. दुपारचं भोजन आटोपून आईसाहेब विश्रांती घेत होत्या. महाराजांना अनपेक्षितपणे आलेलं बघून आईसाहेब चकित झाल्या. पलंगावर उठून बसत त्यांनी विचारलं,

'अचानक येणं केलंत?'

'यावं लागलं.' महाराज म्हणाले.

'कारण?'

त्या शब्दांनी महाराजांचा तोल ढळला. ते उफाळले,

'कारण आम्हांला विचारता? तुम्हांला कारण हवं? आईसाहेब, आम्हांला आमचं इथलं स्थान सांगा.'

आईसाहेबांच्या मुखावर स्मित उमटलं. त्या स्मित करून म्हणाल्या,

'एवढं भडकायला काय झालं?'

'आम्हांला विचारता? आमच्या राणीसाहेब माहेरी जातात, कोणाच्या आज्ञेनं? आम्ही कोण?'

आईसाहेबांच्या मुखावरचे भाव क्षणात पालटले. त्या कडाडल्या,

'डोळे कोणावर वटारता? आमच्यावर? अजून ओठ पिळले, तर दूध निघेल आणि एवढ्यात नखं उगारता? मर्यादा सांभाळा. नाहीतर याचे परिणाम भोगावे लागतील.'

'आईसाहेब, आम्हांला धमकी देऊ नका. या वाड्यात काय खेळ चाललेत आणि आमच्या जीवनाचा पट कसा विस्कटला जात आहे, हे आम्ही जाणतो.'

आईसाहेब ताडकन उठून उभ्या राहिल्या. आपली जळजळीत नजर महाराजांच्यावर रोखून त्या म्हणाल्या,

'खामोश! अधिक-उणं बोलण्याआधी आमच्या समोरून चालते व्हा!'

महाराज वळले. पाठीमागून शब्द त्यांच्या कानांवर पडले,

'जाताना एक ऐकून जा. तुमच्या स्वभावात सुधारणा झाल्याखेरीज आनंदी तुमच्यासमोर येणार नाही.'

मागे न वळता महाराजांनी विचारलं,

'आमच्या स्वभावाला काय झालंय्?'

'प्रत्येक वेड्याला हेच वाटतं. आपल्याला काही झालेलं नाही.'

महाराज गर्रकन वळले. उफाळले,

'वेडे! आम्ही?'

शांतपणे आईसाहेब म्हणाल्या,

'तुम्ही आपल्या महाली जावं, हे उत्तम.'

–आणि बळ हरवलेले महाराज जड पावलांनी महालाबाहेर पडले.

...कसला सूड उगवतात ही सारी माणसं?
आमचा दुस्वास करायचा होता,
तर आम्हांला जवळ तरी कशाला केलं?
एवढा विशाल सागर! अथांग पसरलेला.

पण त्यालाही किनारा आहे.
मग आमच्या जीवनाचा किनारा कुठं आहे?
कोठे पोहोचणार आहोत आम्ही?

मल्हारी अदबीनं समोर आला. महाराजांनी विचारलं,
'काय आहे, मल्हारी?'
'महाराज, आज चार दिवस झाले, आपण स्नान केलं नाही. निदान आज
तरी–'
'नाही, मल्हारी, आम्हांला कशातच आता रस राहिला नाही.'
'असं म्हणू नये, महाराज. स्नान करून घ्या. बरं वाटेल.'
'बरं वाटायचे दिवस केव्हाच गेले, मल्हारी!'
'महाराज, एवढं उदास होऊ नये. हेही दिवस जातील.'
महाराज खिन्नपणे हसले. त्यांनी विचारलं,
'मल्हारी, तुला माहीत आहे?'
'काय, महाराज?'
'अपघातानं लागलेली आग विझवायला लोक धावतात. पण मुद्दाम लावलेल्या
आगीला भडकवलं जातं.'
'महाराज...' मल्हारी उद्गारला.
'ठीक आहे, मल्हारी. तू म्हणतोस, तर स्नान करू. पाणी काढ.'
महाराज उठले आणि स्नानगृहाकडे गेले.
स्नान आवरून महाराज परत आले. नित्याप्रमाणं मल्हारीनं उदबत्त्या पेटवून
महाराजांच्या हाती दिल्या. महाराजांच्या महालात छत्रपती शिवाजी महाराजांची
छोटी तसबीर पुजलेली होती. तसबिरीसमोर महाराजांनी उदबत्त्या लावल्या. डोळे
मिटले. हात जोडले...

उदबत्ती जळते आणि आजूबाजूचं सारं वातावरण सुगंधी बनतं!
छत्रपतींच्या कर्तृत्वाचा सुगंध दिल्लीपावेतो दरवळला.
आणि आम्ही?
आम्ही!
आम्ही, त्या उदबत्तीच्या पायाशी पडलेली शुभ्र राख!
ना आकार!
ना गंध!!

'महाराजऽ...' मल्हारीनं हाक मारली. त्या हाकेनं महाराज भानावर आले. तसबिरीला आदरानं दोन्ही हातांनी स्पर्श करून महाराज वळले.

मल्हारी म्हणाला,

'बाहेर मंडळी आली आहेत.'

'कोण आहे?' महाराजांनी विचारलं.

'बर्वे आहेत, डॉक्टर आहेत आणि–'

महाराज ताडकन् म्हणाले,

'त्यांना सांग, आम्ही पोशाख करतो आहोत.'

'महाराज, त्यांना वेळ नाही.'

'मग त्यांना दे हाकलून.'

'महाराज, शांत व्हा. जी गोष्ट आपल्या हाती नाही, ती कशाला बोलावी? आपण लवकर पोशाख करावा. अधिक वाढाचार करू नये.'

महाराज एकदम शांत झाले. हसले आणि बोलले,

'तू म्हणतोस, ते सत्य आहे. त्यांना सांग, आम्ही एवढ्यात येतो.'

'जी!' मल्हारी म्हणाला आणि एकदम पुढे होऊन त्यानं महाराजांचे पाय धरले.

चकित होऊन महाराजांनी विचारलं,

'मल्हारी, हे काय?'

सद्गदित होऊन मल्हारी वर न बघता म्हणाला,

'महाराज, आजवर मी आपणांकडे काही मागितलं नाही. आज एक गोष्ट मागतो.'

'बोल, मल्हारी.'

'महाराज, लक्षण ठीक दिसत नाही. त्या मंडळींनी काही विचारलं, तरी संतापू नये. त्याचा उलटा अर्थ घेतला जातो.'

'आम्हांला माहीत आहे.' महाराज म्हणाले, 'आजवर तेच घडत आलंय्. आम्हांला प्रश्न विचारतात. आम्ही उत्तर दिलं, तरी पुन्हा तोच प्रश्न! माणसाच्या सहनशक्तीलाही काही मर्यादा असते, मल्हारी!'

'महाराज, सारं मला माहीत आहे. तरीही आपण संतापू नये. एवढं एकच मागणं मागतो, महाराज!'

'ठीक आहे, मल्हारी, आम्ही संयम राखण्याची पराकाष्ठा करू. आता आम्हांला अधिकारवाणीनं सांगणारं तुझ्याविना दुसरं कोण आहे? मल्हारी, चिंता करू नको. जा. आम्ही येतो आहोत–'

महाराज पोशाख करून सदरेत आले. सारे उठले. मुजरे झडले. महाराज आसनावर बसले. सर्वांच्यावर नजर टाकून म्हणाले,

'आम्हांला समजलं. आपणां सर्वांना वेळ फार थोडा आहे. आम्ही तयार आहोत. जे प्रश्न विचारावयाचे असतील, ते विचारा.'

क्षणभर सारे स्तब्ध झाले. घसा खाकरून डॉक्टरांनी प्रश्न केला,

'महाराज, रात्री आपण भोजन केलंत?'

'केलं.' शांतपणे महाराज म्हणाले.

'भोजनात पदार्थ कोणते होते?'

महाराज हसले. त्यांनी दोन नावं पटापट सांगितली.

डॉक्टरांनी परत विचारलं,

'आपण कोणता पदार्थ ताटात सोडलात?'

'जो आवडला नाही, तो.'

'नाव सांगा, महाराज.'

महाराजांनी नाव सांगितलं.

डॉक्टर थांबले.

बर्‍याचंच्या शेजारी बसलेली व्यक्ती पुढे झाली.

'महाराज, आपण मुंबईला गेलात?'

'हो.'

'मुंबई-सातारा अंतर किती?'

महाराज स्तब्ध राहिले.

विचारणाऱ्यानं आपल्या वहीत काहीतरी नोंद केली. त्यानं परत विचारलं,

'सातारा ते मुंबई तरी अंतर सांगता येईल?'

महाराज संयम राखत म्हणाले,

'जरूर सांगता येईल. पण आमच्या प्रश्नाचं उत्तर दिलंत, तर.'

'विचारा, महाराज.'

'तुम्ही अंबाबाईला जाता ना?'

'जी.'

'चालत?'

'जी.'

'तुमच्या घरापासून अंबाबाई किती पावलांवर? सांगता?'

विचारणारा थक्क होऊन गेला. त्यानं आपल्या वहीत परत नोंद घेतली.

'महाराज, तुम्ही कवड्यांची माळ परिधान करता ना?'

'हो!' महाराज हसत म्हणाले.

'मग त्या कवड्यांच्या माळेत किती कवड्या आहेत, ते सांगाल?'

महाराज खदखदून हसले. त्यांनी विचारलं,

'बर्वेसाहेब, आपल्या पत्नी सदैव आपल्या संगती असतात ना?'

'जी.' बर्वे गोंधळून म्हणाले.

'मग त्यांच्या हाती किती बांगड्या आहेत, सांगता येईल?'

'महाराज–'

'बर्वे, नित्य परिचयाचा हात हाती असताही बांगड्या मोजता येत नाहीत, मग आमच्या गळ्यातल्या कवड्या कशाला मोजता?'

बर्वे अवाक झाले.

महाराज मोठ्यानं हसत होते.

बर्वे संतापले. ते संतापून म्हणाले,

'महाराज, प्रश्नांची उत्तरे तुम्ही द्यायची आहेत... आम्ही नव्हे.'

'उत्तरे हवीत? कोणासाठी? आणि कोणत्या कारणासाठी? तुम्ही विचारणारे कोण? आम्ही छत्रपती. आम्हांला विचारता? लाज नाही वाटत? चालते व्हा! हरामखोर–'

'महाराज–'

'कोण महाराज? आम्ही का तुम्ही? मल्हारी–'

मल्हारी पुढे धावला. त्याच्याकडे पाहत महाराज उफाळले,

'ह्या भडव्यांना हाकलून दे. चालते व्हा सारे...'

–आणि महाराजांचा अवतार बघून सारे गडबडीत उठले. आज्ञेची वाट न पाहता बाहेर पडले.

...पण झालेल्या अपमानानं शरमिंदे झालेले असताही घोडागाडीत बसत असता बर्वेसाहेबांचा चेहरा आनंदानं उजळला होता..

हे असंच व्हायचं!
यात नवं असं काहीच नाही
ही माणसं येतात.
त्यांचा हेतू आम्हांला कळतो.
मल्हारी सांगतो, राग आवरा!
पण ही माणसं प्रश्न विचारतात मूर्खांसारखी!
उत्तरं दिली, तर एकमेकांकडे बघून हसतात.
आम्हांला खिजवतात.
उत्तरं दिली, तरी तेच! नाही दिली, तरी तेच!!

मग संताप आवरायचा कसा?
हा स्वाभिमान टाळायलाच हवा.
केव्हातरी हा स्वाभिमान पायदळी तुडवला पाहिजे.
येईल, ते सोसलंच पाहिजे...
सोसलं पाहिजे!

महाराजांना हे सारं असह्य झालं होतं. सारं नको वाटतं होतं. आईसाहेब भेटू शकत नव्हत्या. महाराजांनी मल्हारीमार्फत आईसाहेबांना निरोप पाठविला.

'आम्हांला काही नको. सारं सोडून आम्ही आमच्या गावी जातो.'

पण त्या मागणीचा विचार झाला नाही.

प्रश्नोत्तरं चाललीच होती.

उपचार सुरू होते...

राजकोट, मुंबई, महाबळेश्वर ही सारी ठिकाणं संपली. पुन्हा कोल्हापूर. साऱ्या प्रवासाचा वीट आला.

–आणि एक दिवस मल्हारी सांगत आला,

'महाराज, आपल्या प्रवासाची तयारी झाली आहे.'

'कुठ जायचं आहे?'

'माहीत नाही, महाराज?'

विरोधाला अर्थ राहिला नव्हता.

माहीत नसलेला प्रवास सुरू झाला.

ठिकाण आलं आणि कधी नाही तो महाराजांच्या अंगावर काटा फुटला. त्यांनी मल्हारीला विचारलं,

'मल्हारी, हा नगरचा किल्ला ना?'

'जी.'

'आम्हांला इथं कशाला आणलंय्?'

'माहीत नाही, महाराज!?'

क्षणात महाराज खदखदून हसले. म्हणाले,

'मल्हारी, तुला माहीत नाही; पण मला माहीत आहे. आता हा किल्ला आम्हांला सामावून घेईल. याचे दरवाजे तेव्हाच उघडतील–जेव्हा आम्ही अखेरच्या प्रवासाला निघू.'

ग्रीन बंगलीच्या बाहेर येरझाऱ्या घालीत होता. बाहेर उष्मा वाढला होता. त्रस्तपणे ग्रीन फिरत होता. अधूनमधून खिडकीतून डोकावत होता.

मल्हारी महाराजांच्यासमोर उभा होता. पलंगावर बसलेले महाराज मल्हारीकडे बघत म्हणाले,

‘मल्हारी, आमचं दैवत स्वराज्यसंस्थापक शिवछत्रपती. त्यांनाही आग्र्याच्या कैदेत राहावं लागलं होतं. या ग्रीनपेक्षा उलट्या काळजाचा पहारेकरी त्यांच्यावर होता. पण छत्रपतींनी त्याच्याही डोळ्यांत धूळ फेकली.’

‘खरं आहे, महाराज.’

‘मल्हारी, ते स्वराज्यसंस्थापक कुणीकडे आणि आम्ही या इंग्रजांची लाचारी पत्करणारे कोणीकडे. मल्हारी, तुला खरं वाटणार नाही. छत्रपतींची तसबीर पाहिली, म्हणजे मन केवढं प्रसन्न होतं. दहा हत्तींचं बळ अंगात आल्याचा भास होतो. या युरोपियनांचा हुकूम का पाळावा, हा प्रश्न आम्हांला छळतो.’

‘महाराज, विचार करणं सोडून द्या.’

‘मग आमच्या हाती दुसरं काय आहे?’

मल्हारी निरुत्तर झाला.

महाराज एकदम हसले. म्हणाले,

‘मल्हारी, तुला माहीत नाही. आम्ही लहान होतो. आमच्या मातोश्रींना शास्त्र्यांनी भविष्य वर्तविलं होतं–’

‘काय, महाराज?’

‘आमच्या कुंडलीत राजयोग आहे, म्हणून?’

‘खरं आहे, महाराज.’

‘पण शास्त्र्यांनी पुढचं भविष्य सांगायचं टाळलं.’

‘काय, महाराज?’

‘हेच! योग सांगितला. पण भोग नाही सांगितला.’

‘त्याला कळला नसेल!’ मल्हारी पटकन बोलून गेला.

महाराज मोठ्यानं हसले. हसणं ओसरताच ते म्हणाले,

‘कळत नाही, तिथं मौन पाळलं जातं! मग आम्ही मौन पाळलं, तर लाथा-बुक्क्यांचा प्रसाद का मिळतो?’

‘महाराजऽऽ’

‘मल्हारी, संदूक उघड. तसबीर काढ. आम्हांला शिवछत्रपतींची क्षमा मागायची आहे.’

मल्हारीनं संदूक उघडली. शिवछत्रपतींची तसबीर काढून ती त्यानं महाराजांच्या हाती दिली. दोन्ही हातांत तसबीर घट्ट धरून महाराजांनी ती तसबीर आपल्या कपाळी लावली. बघता-बघता त्याचं सारं अंग गदगदून उठलं. महाराज ती तसबीर कपाळाला लावून ओक्साबोक्शी रडत होते.

मल्हारीच्या डोळ्यांत पाणी आलं. तो जवळ जात असता त्याच्या कानांवर शब्द आले,

'काय आहे, मल्हारी?'

मल्हारीनं पाहिलं.

ग्रीनसाहेब मागे उभा होता. रडणाऱ्या महाराजांना बघत त्यानं विचारलं,

'काय झालं?'

'काही नाही, साहेब.'

'हातात काय त्यांच्या?'

'तसबीर आहे, साहेब...'

'तसबीर!' म्हणत ग्रीन पुढे झाला आणि त्यानं महाराजांच्या हातातली तसबीर खेचली. तो तसबीर निरखीत असता महाराजांनी ती तसबीर ग्रीनच्या हातातून परत घेण्याचा प्रयत्न केला. ग्रीननं महाराजांना ढकललं. तो करड्या आवाजात म्हणाला,

'कुणाच्या परवानगीनं ही तसबीर इथं आली?'

'आमच्या आज्ञेनं!' महाराज संताप आवरत म्हणाले. 'ते आमचं दैवत आहे. आम्ही त्यांची पूजा करतो.'

ग्रीन मोठ्यानं हसला.

'हा तुमचा देव? मग लपवून का ठेवलात?'

'लपवून ठेवला नाही; पण देव बाजारात मांडायचे नसतात, हे आम्ही जाणतो.'

ग्रीन परत हसला. म्हणाला,

'असले देव बाजारात मांडायचे नसतात. ते रस्त्यावर फेकायचे असतात.'

–आणि ग्रीनने हातातली तसबीर खाली फेकली. काच फुटल्याचा आवाज झाला आणि पाठोपाठ ग्रीनचा जाडजूड बुटाचा पाय त्या तसबिरीवर पडला. ग्रीन बाहेर जाऊ पाहत असता त्या ग्रीनच्या कृतीनं आधीच आरक्त झालेले महाराजांचे नेत्र खदिरांगारासारखे लालबुंद झाले आणि काय होतंय्, हे समजायच्याआधीच ग्रीनच्या पाठीवर महाराजांची लाथ बसली. ग्रीन भिंतीवर आदळला. तो उठत असता महाराजांचे संतप्त शब्द त्याच्या कानांवर पडले :

'हरामखोर! नीच!!'

ग्रीन धडपडत उठला. त्याचा चेहरा तांबडाबुंद झाला होता. संतापाने थरथरणाऱ्या महाराजांच्याकडे क्षणभर त्यानं पाहिलं आणि त्यानं हंटर हाती घेतला...

ग्रीनच्या हातातल्या हंटरचे फटके महाराजांच्या अंगावर पडत होते. संतापाने बेभान होऊन ग्रीन महाराजांच्या अंगावर फटके ओढत होता. पालथे पडलेले महाराज असह्य होऊनही अंगावर पडलेले फटके सोसत होते.

हे सारं बघणाऱ्या मल्हारीला असह्य झालं. तो धावला आणि त्यानं ग्रीनला मिठी मारली. ती मिठी सोडवून घेत ग्रीननं मल्हारीला जोरानं ढकलून दिलं. मल्हारी धडपडत लांब जाऊन पडला. मार असह्य होऊनही महाराजांच्या नजरेत संताप होता. सावरून ते उठले आणि त्याच वेळी ग्रीन पुढे झाला. त्याच्या हातातला हंटर हवेत फिरला आणि अंगावर पडलेल्या हंटरचं टोक महाराजांनी पकडलं. क्षणात ग्रीनच्या हाताला हिसडा बसला आणि ग्रीनच्या हातून हंटर सुटला. संतापानं बेभान बनलेल्या महाराजांनी हंटर लांब फेकला आणि ओरडले,

'हरामजादे, यापेक्षा तुझ्या हाती आहे काय?'

'यू बास्टर्ड!' ग्रीन ओरडला.

'कोणाला म्हणतोस बास्टर्ड? बास्टर्ड आम्ही नाही. बास्टर्ड तू आहेस! फिरंगी! तू आहेस टॉमी! रांडलेक!!'

'आय वुईल किल यूऽऽ' ग्रीन ओरडला.

बास्टर्ड! रांडलेक!!
त्यात खोटं तरी काय?
पोरबाळ नसलेल्यांनी आम्हांला दत्तक घेतलं.
आणि...

त्या क्षणभराच्या विचारात असतानाच दोन गुद्दे महाराजांच्या छातीवर बसले. त्या मारानं महाराजांचा तोल गेला. महाराज खाली कोसळले...

महाराजांच्या पोटावर ग्रीनच्या बुटाच्या लाथा बसत होत्या. महाराज किंचाळत होते. पण बेभान बनलेल्या ग्रीनच्या लाथा पडतच होत्या...

असह्य होऊन महाराजांची शुद्ध हरपली. पण बेभान ग्रीनच्या लाथा थांबत नव्हत्या. धडपडत आलेल्या मल्हारीनं ग्रीनला मागे खेचला आणि ओरडला,

'बस्स करा, साहेबऽ डॉक्टर बोलवाऽऽ'

'मरू दे साल्यालाऽऽ' आणि एवढं बोलून धापा टाकत बाहेर पडला.

मल्हारी महाराजांच्याकडे धावला. बेशुद्ध झालेल्या महाराजांचं मस्तक त्यानं आपल्या मांडीवर घेतलं. आपल्या खांद्यावरच्या पंचाने तो वारा घालू लागला...

हळूहळू महाराज शुद्धीवर आले. कष्टाने त्यांनी आपले नेत्र उघडले आणि महाराज अखेरचं बोलले,

'मल्हारी, आम्ही येतो... जगदंबऽजगदंबऽऽ'

—आणि महाराजांची मान मल्हारीच्या मांडीवर कलंडली.

◆

www.ingramcontent.com/pod-product-compliance
Lightning Source LLC
Chambersburg PA
CBHW071136250626
47159CB00006B/2241
* 9 7 8 8 1 7 7 6 6 7 4 1 7 *